ക്രൈം ഫയൽ

INSIGHT PUBLICA

Nadakkavu, Kozhikode, Kerala, 673011
www.insightpublica.com
e-mail: insightpublica@gmail.com
Title: **Crime File**
Author: **Sunil Gopalakrishnan**
(Malayalam)
Cover Design: Anil K.N.
First Edition: April 2022

Printed and Published by
InsightinPublica Printers & Publishers Pvt. Ltd.
ISBN 978-93-5517-269-3

ക്രൈം ഫയൽ

സുനിൽ ഗോപാലകൃഷ്ണൻ

INSIGHT PUBLICA®

ചേർത്തലയ്ക്ക് അടുത്ത് തുറവൂരിൽ ഗോപാലകൃഷ്ണൻ ആനന്ദവല്ലി ദമ്പതിമാരുടെ മകനായി 01-06-1978ൽ ജനിച്ചു.

തുറവൂർ ടി.ഡി. എച്ച്. എസ്. എസ് ൽ സ്കൂൾ പഠനം. അതിനുശേഷം ചേർത്തല എസ്. എൻ കോളേജ്, കാലിക്കറ്റ് യൂണിവേഴ്സിറ്റി, കാലടി ശ്രീ ശങ്കര യൂണിവേഴ്സിറ്റികളിൽ പഠനം. മലയാളത്തിൽ ബിരുദാനന്തര ബിരുദത്തിനു ശേഷം കേരളാ പ്രസ്സ് അക്കാഡമിയിൽ നിന്നും ജേർണലിസത്തിൽ ഡിപ്ലോമ.

പരസ്യ മേഖലയിൽ കോപ്പിറൈറ്റർ ആയും, ക്രിയേറ്റീവ് ഡയറക്ടർ ആയും 15 വർഷം തൊഴിൽ ചെയ്തു. ഇപ്പോൾ മലയാള ചലച്ചിത്ര മേഖലയിൽ പ്രവർത്തിക്കുന്നു.

2010 മുതൽ സമകാലിക മലയാളം, മാതൃഭൂമി, മാധ്യമം ആഴ്ചപതിപ്പുകളിൽ കഥകൾ പ്രസിദ്ധീകരിച്ചു.

ഭാര്യ: കെ.ആർ. ധന്യ, മകൻ ആഹിർ. എസ്.

സുനിൽ ഗോപാലകൃഷ്ണൻ

ആമുഖം

2010 - 19 കാലത്ത് എഴുതപ്പെട്ട എട്ട് കഥകളുടെ സമാഹാരമാണിത്. വായിച്ച് നോക്കുമ്പോൾ എട്ടു കഥകളും ഒന്നാണെന്ന് തോന്നുന്നു! ബാധ എന്ന പേരിൽ ഒരു കഥ ഈ കൂട്ടത്തിൽ ഇല്ലെങ്കിലും ഈ സമാഹാരത്തിന് ബാധ കഥകൾ എന്നൊരു ശീർഷകം ഉചിതമായേനേ എന്നു തോന്നുന്നു. ഈ കഥകളെയാകെ ബാധ കൂടിയിരിക്കുന്നു. ബാധകളുടെ രുചിഭേദങ്ങൾ കഥകൾ തോറും വ്യത്യസ്തങ്ങളെങ്കിലും ഒക്കെയും ബാധിതങ്ങൾ തന്നെ. കഥാപാത്രങ്ങളുടെ ഭയകാമക്രോധകേളി വിചാര/പ്രവർത്തികളെ ഈ ബാധ നിയന്ത്രിക്കുകയോ സ്വതന്ത്രമാക്കുകയോ ചെയ്യുന്നു.

കഥാപാത്രമനസ്സുകളിലെ ഗുപ്തകാമനകളുടെ ആവിഷ്ക്കാരം പലപ്പോഴും ഭ്രാന്തും കുറ്റവും തെറ്റുമാകയാൽ ഈ കഥകൾ അവയുടെ കൂടെ സമാഹാരമാകുന്നു. ആ നിലയിൽ ക്രൈം ഫയൽ എന്ന ശീർഷകവും സംഗതമാകുന്നു.

ഒരു കഥയും എഴുതി പൂർത്തിയാവുന്നില്ലാ എന്ന ബോധ്യത്തിൽ, ഈ നിമിഷം ഉചിതം എന്ന് തോന്നിയ നിലയിൽ ഇവ ഇവിടെ പ്രസിദ്ധീകരിക്കുകയാണ്, ഈ 'ബാധ' ഇതോടെ ഒഴിയുമെന്നും, മറ്റെന്തെങ്കിലും എഴുതാനാകുമെന്നുമുള്ള വിചാരത്തിൽ.

സുനിൽ ഗോപാലകൃഷ്ണൻ

കഥകൾ

ക്രൈം ഫയൽ

ഇതൊരു ഇടുങ്ങിയ ചായ്പ്പാണ്, ഇത് തന്നെയാണ് വീടും. വസ്ത്രങ്ങൾ ഇസ്തിരിയിടാൻ വേണ്ടി വല്ലപ്പോഴും കയറാറുള്ള പടിഞ്ഞാറെ മുറിയും, വീട്ടു സാമഗ്രികൾ കൂട്ടിയിട്ടിട്ടുള്ള ആ ഇരുട്ട് മുറിയും അതിനപ്പുറമുള്ള അടുക്കളയും കൂടാതെ ഈ ഇടുങ്ങിയ നീളൻ മുറിയാണിവിടുള്ളത്. ആൾ താമസമില്ലാതെ ക്ഷയിച്ചതെങ്കിലും ആ കുടുംബ വീടപ്പുറത്തുള്ളത് കൊണ്ടാണ് ഇത് ചായ്പ്പായത്. എത്ര പണിപ്പെട്ടായാലും ശരി, രാത്രി 11 മണി നേരം ഈ മുറിയുടെ നെടുനീളം കിടക്കുന്ന കയറ്റുകട്ടിലേൽ ഞാൻ എന്റെ ഉടലെത്തിക്കും. കൈത്തലയോട് ചേർത്ത് വെച്ച് മടക്കിയ തലയിണയിൽ തല കയറ്റിവെച്ച് കാൽ ഭാഗത്ത് മുകളിലായുള്ള ടി.വി. പ്രവർത്തിപ്പിക്കും. 11 മണി നേരം ഞങ്ങൾക്കുള്ളതാണ് കോട്ടും സൂട്ടുമിട്ട ഗോപനും, എബിക്കും, പ്രമേഷിനും, സക്കറിയക്കും ഒപ്പം ഞാനും. ന്യൂസ് ചാനലുകളിൽ എല്ലായിടത്തും ഒരേ നേരം അപ്പോൾ കുറ്റകൃത്യങ്ങൾ പൂത്തു തളിർക്കും, കൊലപാതകങ്ങൾ, കവർച്ചകൾ, ബലാത്സംഗങ്ങൾ, പിടിച്ചുപറികൾ, ചതികൾ, വഞ്ചനകൾ, ആത്മഹത്യകൾ, ഭീഷണികൾ... ഒറ്റയൊന്നും നഷ്ടമാകരുതെന്ന ആവേശത്തോടെ ഞാൻ കണ്ണുംകാതും കൂർപ്പിക്കും, റിമോട്ട് ബട്ടനുകളിലൂടെ എന്റെ വിരലുകൾ മാത്രം ഒഴുകി നടക്കും.

കുറ്റകൃത്യങ്ങളുടെ ഒരു വാണിഭ ചന്തയാണ് ആ നേരത്ത് ടി.വി. ചാനലുകൾ, മിക്കപ്പോഴും എല്ലായിടത്തും ഒരേ സംഭവങ്ങൾ. അവതരണത്തിലെ ചമയ്ക്കലിലും ഒരുക്കലിലും വൈവിധ്യങ്ങളുണ്ടെങ്കിലും

ഏതാണ്ടൊരേ പാറ്റേണിൽ സംഭവങ്ങൾ നിരക്കും, സകലതും കണ്ട് കണ്ട് പോകും നേരം ചിലതിൽ മാത്രം കണ്ണുടക്കും. ആ സംഭവങ്ങളെ പറ്റി കുറഞ്ഞത് മൂന്ന് ചാനലുകളെങ്കിലും നൽകുന്ന വിശദാംശങ്ങളെ ഞാൻ ശേഖരിക്കും. അവതാരകർ എല്ലാരും തന്നെ എനിക്ക് ചിരപരിചിതരെങ്കിലും ഗോപനാണ് എന്റെ ഫെവറൈറ്റ്, ആ അവതരണ ശൈലിയോടും, കുറ്റകൃത്യങ്ങളെ കുറിച്ചുള്ള പ്രതിപാദനത്തിനു മാത്രം വഴങ്ങുന്ന വിശേഷ ഭാഷയോടും, എനിക്ക് പ്രത്യേക മതിപ്പാണ്. അടുത്ത കാലം തൊട്ട് ഗോപന്റെ ക്രൈം ഫയലിപ്പോൾ രാത്രി 11.00 നാണ്. അതെനിക്കനുഗ്രഹമായി, 10.30 തുടങ്ങി മറ്റ് ചാനലുകളിലാകെ അലഞ്ഞ് തിരിഞ്ഞ് കണ്ട് വെച്ചതിൽ താത്പര്യം തോന്നിയ ഇനങ്ങളിലേക്ക് ഒരു സൂക്ഷ്മ പ്രവേശം ക്രൈം ഫയലിലൂടെ സാധിക്കും. കുറ്റകൃത്യങ്ങളുടെ ഡീറ്റെയിലിംഗിൽ മറ്റവതാരകർക്കില്ലാത്ത സൂക്ഷ്മചതുരത ഗോപനുണ്ട്. മറ്റ് പലർക്കും അപ്രസക്തമെന്ന് തോന്നിക്കാണാവുന്ന വിശദാംശം എന്തെങ്കിലും ഗോപന്റേതിൽ ഉണ്ടാകാതിരിക്കില്ല, അതിലാണ് മിക്കപ്പോഴും എന്റെ ഭാവന കൊളുത്തുക.

ഗോപന്റെ ഉച്ചാരണ ശുദ്ധിയും മോഡുലേഷനുമാണ് മറ്റൊരു ഗുണം, ക്രൈം റിപ്പോർട്ട് ചെയ്യുമ്പോൾ പലരിലും കാണാറുള്ള ഭാവുകത്വ തള്ളിച്ചയോ, വായു തള്ളിയുള്ള വാക്ക് പ്രയോഗമോ അയാൾക്കില്ല. ഓരോ ചെയ്തിയുടെയും അന്തരാത്മാവിനെ അറിഞ്ഞ മർമ്മജ്ഞന്റെ സ്ഥായിയാണ് ഗോപന്റേത്, ജ്ഞാനിയായ ഒരു നിരൂപകൻ മികച്ചൊരു കലാപ്രകടനത്തെ പറ്റി വിശദീകരിക്കുന്നത് പോലെ അയാളിൽ നിന്ന് കുറ്റകൃത്യത്തെ സംബന്ധിക്കുന്ന വസ്തുതകളും നിഗമനങ്ങളും സാധ്യതകളും നിർഗ്ഗളിക്കും. ആദ്യ വാചകത്തിൽ തന്നെ പറയാനുദ്ദേശിക്കുന്ന വസ്തുത ആലയാഭരണങ്ങളില്ലാതെ അവതരിപ്പിച്ച ശേഷമാകും വിശദാംശങ്ങളിലേക്ക് കടക്കുക. സവിശേഷമായ താളക്രമത്തിൽ വസ്തുതകളുടെ മർമ്മങ്ങളിൽ മാത്രം ഊന്നി തൊട്ട് തൊട്ട്, ഒരു സംഗീതജ്ഞന്റെ ഞെരവല് പോലെ ഓരോ കുറ്റകൃത്യത്തിന്റെയും സൌന്ദര്യപരമായ ഉള്ളടക്കം ഗോപൻ വിസ്തരിക്കും. ഏതാണ്ട് എല്ലാ ദിവസവും ഗോപനെ ഞാൻ കേൾക്കാറുണ്ടെങ്കിലും വിരളം ചില സന്ദർഭങ്ങളിൽ മാത്രമേ ആ വിവരണങ്ങളിലേക്ക് എനിക്ക് പ്രവേശം ലഭിക്കാറുള്ളൂ.

അത്തരം ദുർലഭ സന്ദർഭങ്ങളിലൊന്നിൽ ഒരിക്കൽ ഞാൻ കാലടിയിലെ ഒരു പ്ലൈവുഡ് കമ്പനിയിൽ ജോലി നോക്കുന്ന

മലയാളി ആയിരുന്നു. എന്റെ സഹപ്രവർത്തകർ ഏറെയും ഉത്ത രേന്ത്യക്കാരാണ്. അല്പ കാലം ഗുജറാത്തിലെ വാപ്പിയിൽ ജോലി നോക്കിയ എനിക്ക് ഹിന്ദി അറിയാം. അതു കൊണ്ട് തന്നെ ഞാനാണ് ചമൻ, മോട്ടു, അലി തുടങ്ങി 19 ഭായിമാരുടെ അധികാരി. അവരിൽ ചമനോടായിരുന്നു എനിക്ക് കൂടുതൽ അടുപ്പം, ഒന്ന് രണ്ട് സന്ദർഭങ്ങളിൽ കൈയ്യോടെ പിടിക്കപ്പെട്ട അവന്റെ ചെറിയ തിരി മറികൾ മാനേജ്മെന്റോളം ചെന്നെത്താതെ ഞാൻ തന്നെ ഒതുക്കി തീർത്തു. ഒരോ സംഭവങ്ങൾ പിന്നിടുമ്പോഴും അവൻ കൂടുതൽ കൂടുതൽ എന്നോട് വിധേയപ്പെടുകയായിരുന്നു. എന്നാൽ അവനിൽ നൈസർ ഗ്ഗികമായി ഉണ്ടായിരുന്ന കുറ്റവാസനയെ തിരിച്ചറിഞ്ഞതോടെ ഞങ്ങൾക്കടുക്കാതെ തരമില്ലെന്നായി എന്നതാണ് വാസ്തവം. കമ്പനി യിലെ വേസ്റ്റ് എടുക്കുന്ന കരാറുകാരുമൊത്ത് ഞങ്ങൾ ആസൂത്രണം ചെയ്ത് നടത്തി പോന്ന തിരിമറി ഒരിക്കൽ പിടിക്കപ്പെട്ടു, വാസ്തവ ത്തിൽ അവന്റെ പാകതക്കുറവാണ് പിടിക്കപ്പെടാൻ കാരണം, ഒരു കുറ്റകൃത്യത്തിൽ ഏർപ്പെടുമ്പോൾ ആ ചെയ്തിയെ ആസ്വദിക്കാതെ കിട്ടാനുള്ള ലാഭത്തിൽ ആസക്തരാകുന്ന സകലർക്കും പിഴയാറുള്ള പാളിച്ചയാണിത്. ഒടുവിൽ ഞങ്ങൾ കൂടിയാലോചിച്ച് അവൻ കുറ്റ മേൽക്കുകയും അതു വഴി ഞാൻ രക്ഷപ്പെടുകയും ചെയ്തു. അതോടെ തൊഴിൽ രഹിതനായി തീർന്ന ചമന്റെ ഭാരം എന്റെ ചുമലിലായി.

കമ്പനിക്കാരറിയാതെ ഞാൻ മറ്റൊരു മുറിയിലേക്ക് താമസം മാറി, ചമനെ എന്നോടൊപ്പം പാർപ്പിച്ചു. അങ്ങനെയിരിക്കെ ഒരു പുലർച്ചെ ഞാൻ അവനെ കൊല്ലുകയായിരുന്നു. ഒരു ശനിയാഴ്ച രാത്രി ഏറെ വൈകും വരെ മദ്യപിച്ച ശേഷം ഞങ്ങൾ ഉറങ്ങാൻ കിടന്ന തായിരുന്നു. എത്ര വൈകി കിടന്നാലും വെളുപ്പിനെ നാല് മണിക്ക് ഞാൻ ഉണരും, ഉണർന്ന് നോക്കുമ്പോൾ ചമൻ ഉറങ്ങുകയാണ്, ഒരു കുഞ്ഞിനെ പോലെ നിഷ്കളങ്കനായി ഉറങ്ങുന്ന അവന്റെ മൂക്കിൽ ഞാൻ പെരുവിരലും ചൂണ്ട് വിരലും ചേർത്തമർത്തി. അവനപ്പോൾ വായിലൂടെ ശ്വാസം കഴിക്കുന്നുണ്ടായിരുന്നു. സാമാന്യത്തിലേറെ വീതിയുള്ള എന്റെ കൈയ്യിലെ മറ്റ് മൂന്ന് വിരലുകൾ കൊണ്ട് ഞാൻ അവന്റെ ചെറിയ വായ മൂടി. അവൻ കിടന്ന കിടപ്പിൽ ഞെരങ്ങാനും അത്ര ഊക്കിലല്ലാതെ കുതറാനും ശ്രമിച്ചു. ഇടത്തെ കൈ കൊണ്ട് ഞാൻ കിടന്നിരുന്ന കോസറി കിടക്ക വലിച്ചെടുത്ത് അവന്റെ മുഖം മൂടി അതിൽ കയറി ഇരുന്നു. ദുർബ്ബലമായി ഉയർന്ന് താണ കാലുകൾ നിശ്ചലമാകും വരെ ഞാൻ നോക്കിയിരുന്നു. ആ ഇരിപ്പിൽ അവി ടിരുന്ന് ഒരു ബീഡി വലിക്കണമെന്ന് എനിക്ക് തോന്നി.

കിടക്കയോടെ അവന്റെ ശരീരം പൊതിഞ്ഞെടുത്ത് വെളിച്ചയാവും മുന്നേ തന്നെ കമ്പനി ഗോഡൌണിന്റെ മൂലയിൽ കൊണ്ട് പോയി ശവം ഉട്ടുമുണ്ടിൽ കെട്ടി തൂക്കി. തൊഴിൽ നഷ്ടപ്പെട്ട സങ്കടത്തിൽ ചമൻ ആത്മഹത്യ ചെയ്തു എന്ന് ഏവരുമാദ്യം വിശ്വസിച്ചുവെങ്കിലും, താമസിയാതെ പോലീസ് എന്നെ അറസ്റ്റ് ചെയ്തു. കമ്പനിയെ പറ്റിച്ച് സമ്പാദിച്ച പണത്തെ ചൊല്ലിയുള്ള തർക്കത്തെ തുടർന്ന് ഞാൻ അവനെ കൊന്നുവെന്ന് പറയാൻ പോലീസ് എന്നെ നിർബന്ധിച്ചു. ശനിയാഴ്ച രാത്രിയിലെ മദ്യപാനത്തിനിടെ പൈസയെ ചൊല്ലി ഞങ്ങൾക്കിടയിൽ ഉണ്ടായ തർക്കം കേട്ട അടുത്ത മുറിയിലെ താമസക്കാരുടെ മൊഴി അവരുടെ പക്കലുണ്ടായിരുന്നു. അതിനിടെയാണ് ചമനും ഞാനും തമ്മിൽ ഉണ്ടായിരുന്ന ലൈംഗിക ബന്ധത്തെ പറ്റി മറ്റാരോ പോലീസിന് മൊഴികൊടുത്തത്. അന്ന് മദ്യപിക്കാൻ നേരം ചമന്റെ ഒരു പുതിയ സുഹൃത്തും ഞങ്ങളോടൊപ്പമുണ്ടായിരുന്നു, സുമുഖനായ ഒരു ബംഗാളി ചെക്കൻ. മദ്യം തലയ്ക്ക് പിടിച്ച് തുടങ്ങിയപ്പോൾ അവർ പരസ്പരം ചേർന്നിരിക്കാനും ഉടലുരുമ്മാനും തുടങ്ങിയതോടെ എനിക്ക് കാര്യം പിടികിട്ടി, ആ നേരമാണ് ഞാൻ ചമന്റെ കൈയ്യിൽ അവൻ സൂക്ഷിച്ചിരുന്ന പണത്തെ പറ്റി തർക്കം തുടങ്ങിവെച്ചത്, ഞങ്ങൾക്കിടയിൽ നിലനിന്ന സ്വകാര്യബന്ധത്തെ കുറിച്ചും പോലീസ് എന്നിൽ നിന്നും വേണ്ടതൊക്കെ മനസിലാക്കി. അങ്ങനെ എനിക്കെതിരായ കുറ്റപത്രം തയ്യാറായി.

പക്ഷേ അന്വേഷകരാരുടെയും കണ്ണിൽപ്പെടാതിരുന്ന ഒരു ഡീറ്റെയിൽ ആ സംഭവത്തിലും ഗോപന്റെ വിവരണത്തിലുണ്ടായിരുന്നു. ക്രൈമിന്റെ സ്വഭാവം കൊലയുടെ കൃതകൃത്യത ഇവ പരിഗണിക്കുമ്പോൾ, പെട്ടെന്നുണ്ടായ ദേഷ്യം, അല്ലെങ്കിൽ കരുതി കൂട്ടിയുള്ള വകവരുത്തൽ എന്നീ സാധ്യതകൾക്കപ്പുറം വേറെന്തോ ഒന്ന് കൊലയാളിയെ ഭരിച്ചിരുന്നു എന്ന് ഗോപന്റെ വിശകലന ബുദ്ധി സംശയിച്ചു. അത് ആ ചെയ്തിയിലുള്ള അഭിരമനം മാത്രമായിരുന്നെന്ന് മറ്റാർക്ക് മനസ്സിലായില്ലെങ്കിലും, ഗോപന് മനസിലാവില്ലേ?

മറ്റൊരിക്കൽ മൂന്ന് പെൺമക്കളിൽ മൂത്തവളെ ലൈംഗികമായി പീഡിപ്പിക്കുകയും, പിന്നാലെ നിരവധി പേർക്ക് കാഴ്ചവെയ്ക്കുകയും ചെയ്തു എന്ന കുറ്റത്തിന് പെൺകുട്ടിയുടെ അച്ഛൻ ഒന്നാം പ്രതിയായി രാമങ്കരി പോലീസ് ക്രൈംനമ്പർ 1343/2014 ആയി രജിസ്റ്റർ ചെയ്ത കേസിനെ പറ്റിയുള്ള ഗോപന്റെ വിശദാംശത്തിൽ, ആ പതിനാലുകാരിയെ അച്ഛൻ ആദ്യം കാഴ്ചവെച്ച ആളായി ഞാൻ പരിണമിച്ചു.

ഞാനതിൽ 52 വയസ്സുള്ള ഒരു സഹകരണ സംഘം സെക്രട്ടറിയാണ്, ആവശ്യത്തിന് രാഷ്ട്രീയബന്ധങ്ങളും, നാട്ടിൽ സ്വാധീനവുമുള്ള പദവിയിലാണ് ഞാൻ. ആക്രി സാധനങ്ങൾ ശേഖരിച്ച് മറിച്ച വിൽക്കുന്ന ഒരു ചെറുകിട ഏർപ്പാടുമായി ബന്ധപ്പെട്ട് നിരവധി തവണ സംഘത്തിൽ വന്നാണ് എനിക്ക് ഇയാളുമായി ബന്ധം. പിന്നീട് പലപ്പോഴായി നിരവധി സഹായങ്ങൾ അയാൾക്ക് നൽകാൻ സാധിച്ചതിന്റെ സന്തോഷത്തിന് ഒരിക്കൽ എന്നെ വീട്ടിൽ കൊണ്ടുപോയി അയാൾ സത്ക്കരിച്ചു. അന്ന് അതീവ വശ്യതയോടെ സംസാരിച്ച അയാളുടെ ഭാര്യയും, ചടുല പ്രകൃതയായ കൗമാരക്കാരി മകളും എന്നെ വശപ്പെടുത്തി. പിന്നീട് അവരുമായി ഇടപഴകുക എന്ന ഉദ്ദേശ്യത്തിൽ പലപ്പോഴും ഞാൻ അവിടെ പോകുകയും സത്ക്കാരം സ്വീകരിക്കുകയും ഉണ്ടായിട്ടുണ്ട്. കണക്കില്ലാതെ മൂക്കറ്റം കുടിച്ച് ലക്ക്കെട്ട് അയാൾ ഉറങ്ങുന്ന നേരം എപ്പോഴെങ്കിലുമൊക്കെ ഒന്നുകിൽ അയാളുടെ ഭാര്യ എനിക്കരികിൽ വരുമെന്നും അല്ലെങ്കിൽ ആ പതിനാല് കാരി എന്റെ മടിത്തട്ടിൽ വന്നിരിക്കുമെന്നും ഞാൻ സ്വപ്നം കണ്ടു, നടന്നുവെന്ന് തന്നെ വിശ്വസിച്ചു.

"സാറിനെങ്ങനാ സ്ത്രീ വിഷയങ്ങളിൽ താത്പര്യമുണ്ടോ?" പൊടുന്നനെയുള്ള ആ ചോദ്യത്തിനു മുന്നേ ഒരിക്കൽ പോലും ഞങ്ങൾ തമ്മിൽ ആ ദിശയിൽ ഒരു വർത്തമാനവും ഉണ്ടായിട്ടില്ല. മുൻപൊരിക്കലും അങ്ങനെയൊരാവശ്യം എനിക്ക് തോന്നിയിട്ടുമില്ല, പക്ഷേ ഇന്നിപ്പോൾ പ്രണയത്തോടെയും കാമ പാരവശ്യത്തോടെയും ആരിലേക്കെങ്കിലും പടരണമെന്ന് എന്റെ പ്രായമാഗ്രഹിക്കുന്ന, മനസ്സും; ഒരുപാടൊന്നും ആലോചിക്കാതെ, "ഉവ്വ്" ഞാൻ പറഞ്ഞു. "കാര്യം നടത്താം, വീട്ടിൽ പറ്റില്ല, സ്ഥലം സാർ അറേഞ്ച് ചെയ്യണം" എന്നയാൾ ആവശ്യപ്പെടുകയായിരുന്നു. അയാളുടെ ഭാര്യ തന്നെയാണ് വരാൻ പോകുന്നതെന്ന് അപ്പോഴാണ് എനിക്കൊരു ക്ലൂ ലഭിക്കുന്നത്. "അത് അയാളുടെ വീട്ടിലാകുന്നതാവും കൂടുതൽ ഭംഗി" എന്ന് എന്റെ മനസ്സ് പറഞ്ഞു. ആ വീടിന്റെ ഉമ്മറത്തും, കിടപ്പറകളിലും, കുളിമുറികളിലും, വർക്ക് ഏരിയയിലും വെച്ചായിരുന്നല്ലോ എന്റെ സങ്കല്പങ്ങൾ അവരെ പ്രണയിച്ചതും, പരിലാളിച്ചതും, ഭോഗത്തിലേർപ്പെട്ടതും.

ഒടുവിൽ എന്റെ വീട്ടിൽ വെച്ച് സംഭവം തരാക്കാമെന്നായി, പ്രത്യുപകാരമായി ഒരു വലിയ തുക സംഘത്തിൽ നിന്നും ലോൺ ആയി അയാൾ ഇതിനോടകം തരപ്പെടുത്തിയിരുന്നു. അപ്പോഴേക്കും

വല്ലാതെ മോഹപ്പെട്ട് കഴിഞ്ഞിരുന്ന ഞാൻ "അത് കഴിഞ്ഞിട്ട് മതി ഒപ്പിടാൻ" എന്നൊരു നിബന്ധന തിരിച്ചുവെച്ചു. അയാളോടൊപ്പം വരാൻ പോകുന്ന ഭാര്യയെ കുറിച്ച് ഭാവന ചെയ്ത് ദിവസങ്ങൾ മുന്നേ ഞാൻ സ്വയംഭോഗങ്ങൾ ചെയ്തു. ഒടുക്കം എന്റെ കണക്ക് കൂട്ടലുകളാകെ തെറ്റിച്ച് അയാളന്ന് വന്ന് കയറിയത് പതിന്നാല് കാരി മകളുമായിട്ടാണ്. അതിനാൽ തന്നെ ഒരിക്കലും സങ്കല്പിച്ചി ട്ടില്ലാത്ത വിധം അത് സംഭവിച്ചത് എന്റെ മകളുടെ കിടക്കയിൽ വെച്ചായിരുന്നു, വയലറ്റ് പൂക്കൾ വിതറിയ വെള്ള വിരിച്ച കട്ടിലിൽ!. എല്ലാ ചാനലുകളും ഈ വാർത്ത റിപ്പോർട്ട് ചെയ്തെങ്കിലും ഗോപന്റെ റിപ്പോർട്ടിൽ മാത്രമാണ് കൃത്യം നടന്ന സ്ഥലത്തെ പറ്റി വിശേഷാൽ പ്രതിപാദനം ഉണ്ടായത്.

പക്ഷേ ഈ മുറിയും അതിന്റെ പടിഞ്ഞാറെ അരികിന് ചേർന്ന് കിടക്കുന്ന വെള്ളയിൽ വയലറ്റ് പൂക്കളുള്ള വിരിപ്പ് വിരിച്ച കിടക്കയും എനിക്ക് മുന്നേ പരിചയമുള്ളതാണ്, മറ്റൊരു കഥയിൽ നഗര ത്തിലെ കോൾ ടാക്സി സർവ്വീസിൽ ഡ്രൈവർ ആയ ഞാൻ എന്റെ കൗമാരകാല കാമുകി വേണിയുമായി നിരന്തരം ഇണചേർന്നത് ഈ കിടക്കയിലാണ്. മോളി കേക്ക് ഫാക്ടറിയിൽ പണിക്ക് പോയാൽ, മകൾ കീർത്തന സ്കൂൾ വിട്ട് വരുന്നതു വരെ ഈ വീട് തനിച്ചാണ്. കഷ്ടി ഒരു മാസം മുൻപാണ്, കോമ്പാറക്ക് ഓട്ടം പോയ ഞാൻ അവിടെ വെച്ച് അവിചാരിതമായി വേണിയെ കാണുന്നത് (അവി ചാരിതമെന്ന് തീർത്ത് പറയ്യാനാവില്ല, അവൾ ഇവിടാണ് താമസം എന്നറിഞ്ഞ കഴിഞ്ഞ ഒന്നര കൊല്ലമായി കോമ്പാറ ഭാഗത്ത് ഓട്ടം പോകുമ്പോൾ, എന്റെ കണ്ണുകൾ അവളെ പരതുന്നുണ്ടായിരുന്നു). ഞങ്ങൾ ഇവിടെ വെച്ച് കാണുക പിന്നെ പതിവായി, ഇവിടെ വെച്ച് തന്നെയാണ് യാന്ത്രികമായ ഒരു ഭോഗപൂർത്തിയിൽ സ്വയം ശപിച്ചിരുന്ന ഞാൻ മോളിയെ വിഷം കൊടുത്ത് കൊന്നാലല്ലോ! എന്ന ആശയം മുന്നോട്ട് വെച്ചത്. ഈ മുറി, ഈ കാണുന്ന ചുവരുകൾ, ഈ കിടക്ക ഇവയിലേതെങ്കിലുമൊന്ന് ഒറ്റി കൊടുത്താകണം, കീർത്തന മോൾ അന്നതിന് കുറുകെ വീണത്. ഒടുവിൽ ഇരട്ടകൊലപാതക ത്തിൽ പ്രതികളായി ഞാനും എന്റെ വേണിയും.

ഇങ്ങനെ, ഏതാണ്ടൊരേ പാറ്റേണിൽ ലൈംഗികതയും കുറ്റകൃത്യാസക്തിയും കൂടികുഴഞ്ഞ സംഭവങ്ങളുടെ ആവർത്തന വിരസതയിൽ ദിവസങ്ങൾ പോകെയാണ് വ്യത്യസ്തമായ ഒരു ക്രൈമിലേക്ക് എനിക്ക് പ്രവേശം ലഭിച്ചത്; തേവരയിലെ വസുന്ധര

അപ്പാർട്ട്മെന്റ്സിലെ പതിനൊന്നാം നിലയിലെ ഡി ഫ്ലാറ്റിൽ താമസിച്ചിരുന്ന വൃദ്ധ ദമ്പതികളെ കെട്ടിയിട്ട് പണവും ആഭരണങ്ങളും കവർന്നതായിരുന്നു കേസ്. ഫ്ലാറ്റിലെ സ്വീകരണ മുറിയോട് ചേർന്നുള്ള ബാൽക്കണിയിൽ നിന്ന് ഫോറൻസിക്ക് വിദഗ്ദ്ധർ കണ്ടെത്തിയ തമ്പാക്ക് കലർന്ന ഉമിനീരാണ്, ഗോപന്റെ വിവരണത്തിൽ എന്നെ കുടുക്കിയ തുമ്പ്.

ഇപ്പോൾ സാമാന്യം നിലാവുള്ള രാത്രി 2 മണി നേരത്ത്, 11ഡിയുടെ ബാൽക്കണിയിൽ ഇരിക്കുകയാണ് ഞാൻ, മുരുകനും, സ്റ്റാൻലിയും അകത്ത് സേഫിൽ നിന്നും പണവും സ്വർണ്ണവും കവരുകയാണ്. ഞാൻ താഴേക്ക് നോക്കി, എനിക്ക് ചുറ്റും അർദ്ധവൃത്താകൃതിയിൽ കൊച്ചി കായൽ, അതിനു കുറുകെ വടക്ക്- തെക്ക് കരകളെ ബന്ധിപ്പിച്ച് നിയോൺ പ്രകാശത്തിൽ കുളിച്ചു നിൽക്കുന്ന രണ്ട് പാലങ്ങൾ, കായലിന്റെ പടിഞ്ഞാറെ തലപ്പ് ചെന്ന് മുട്ടുന്ന വലിയ തുറസ്സ് അറബിക്കടലാണ്. ആ നേരം വെണ്ടുരുത്തി പാലത്തിലൂടെ സൈറൺ മുഴക്കി ഒരു ആംബുലൻസ് കടന്നു പോയി. പതിയെ എഴുന്നേറ്റ് ചുണ്ടിനടിയിൽ തിരുകിയ തമ്പാക്കിൽ നിന്നുറിയ എരിനീര് ഞാൻ താഴേക്ക് തുപ്പി, വീശുന്ന കാറ്റത്ത് പറന്ന് അത് ബാൽക്കണിയുടെ തറയിലും ഹാൻഡ് റെയിലിലും വീണു. കഴിഞ്ഞ പത്ത് വർഷങ്ങളായി ഞാനാണ് ഈ ഫ്ലാറ്റിലെ പ്ലംബർ, ഇവിടുത്തെ ഇലക്ട്രീഷനും, മറ്റുള്ളവർക്ക് അസൌകര്യങ്ങളുള്ള വിരളം സന്ദർഭങ്ങളിൽ ഇവിടുത്തെ സെക്യൂരിറ്റിയും ഞാനാണ്, അധികൃതർ മൊത്തത്തിൽ എൽപ്പിക്കുന്ന ജോലികൾക്ക് പുറമെ, താമസക്കാരോരോരുത്തരും വ്യക്തിഗതമായ ആവശ്യങ്ങൾക്കും എന്നെ സമീപിക്കും, അതുകൊണ്ടൊക്കെ തന്നെ 13 നിലകളുള്ള ഈ കെട്ടിടത്തിന്റെ ഓരോ അരികും മൂലയും എനിക്ക് ഹൃദിസ്ഥമാണ്.

സെപ്റ്റി ടാങ്ക് ചോർന്ന് ദുർഗന്ധം വരുന്നെന്ന് ഗ്രൌണ്ട് ഫ്ലോറിലെ താമസക്കാർ പരാതി പറഞ്ഞതിനെ തുടർന്ന് രാത്രിയിൽ ലീക്ക് ടാങ്ക് പൊട്ടിച്ച് വൃത്തിയാക്കാനാണ് ഞാനിന്ന് ഇവിടെ തങ്ങുന്നത്, അതിനായി കൂട്ടത്തിൽ കൂട്ടിയവരാണ് എനിക്കൊപ്പമുള്ളത്. പണി തുടങ്ങും മുൻപ് സെക്യൂരിറ്റി റൂമിൽ വെച്ച് പൊട്ടിച്ച റമ്മിൽ ഉറക്ക ഗുളിക ചേർത്ത് കൊടുത്തത് കൊണ്ട് സെക്യൂരിറ്റി നല്ല മയക്കത്തിലാണ്. സി.സി. ക്യാമറ ഘടിപ്പിച്ചിട്ടുള്ള ലിഫ്റ്റൊഴിവാക്കി ഫയർ എക്സിറ്റ് വഴി കയറി വന്ന് ഫ്ലാറ്റിന്റെ ഫ്രണ്ട് ഡോർ കുത്തി തുറന്ന് കൊടുക്കുന്നത് വരെയേ എനിക്ക് ഉത്തരവാദിത്വമുള്ളു, അത്

ഭംഗിയായി ചെയ്ത് തീർത്താണ് ഞാൻ ഈ ബാൽക്കണിയിലിരുന്ന കൊച്ചിയുടെ രാത്രി ഭംഗി ആസ്വദിക്കുന്നത്.

ഞാനിപ്പോൾ ഇരിക്കുന്നതിന്റെ തെക്ക് പടിഞ്ഞാറെ ദിശയിൽ ഇതേ കായലിന്റെ കരയിൽ, കരുവേലിപ്പടിയിലെ എം.എൻ. കോളനിയിലാണ് ഞാനും പെണ്ണും 6 വയസ്സുകാരൻ മകനോടൊപ്പം വാടകക്ക് താമസിക്കുന്നത്. അവിടിപ്പോൾ കത്തിച്ചുവെച്ച കൊതുതിരികളുടെ പുകയിൽ ശ്വാസം മുട്ടി എന്റെ മകൻ ഉറങ്ങാതെ തിരിമറിയുന്നുണ്ടാകും. എത്ര തിരികൊളുത്തിയാലും തീരാത്ത കൊതുകടിയിൽ പുളഞ്ഞ് എന്റെ ഭാര്യ സ്വയം ശപിക്കുന്നുണ്ടാകും. കുടിവെള്ളം കിട്ടാതെ വലയുന്ന ദിവസങ്ങളിൽ, കായലിൽ നിന്നും വീശുന്ന വരണ്ട കാറ്റത്ത് പരക്കുന്ന അഴക്ക് വെള്ളത്തിന്റെ കെട്ട നാറ്റം സഹിക്കാനാകാതെ "ഈ നരകം പിടിച്ച കായലിന്റെ കരേന്ന് എങ്ങോട്ടെങ്കിലും പോകാന്ന് പറഞ്ഞാൽ നിങ്ങൾക്ക് മാത്രം മനസിലാകുകേല" എന്നവള് പ്രാകും. തലയറഞ്ഞ് എന്റെ പെണ്ണ് പ്രാകാറുള്ള ആ കായലാണ് ദാ, കരയിൽ നിന്നും പരക്കുന്ന മഞ്ഞ പ്രകാശത്തിൽ അഴകിൽ അർദ്ധ വൃത്തത്തിൽ ഓളം തല്ലുന്നത്, എന്ത് ഭംഗിയാണ്! പെട്ടെന്ന് അകത്ത് നിന്നും ഒരു ശബ്ദം കേട്ടു ആ വൃദ്ധന്റെ ശബ്ദം, ടീപ്പോയിൽ വെച്ചിരുന്ന പൈപ്പ് റേഞ്ച് കൈയ്യിലെടുത്ത് ഞൊടിയിടയിൽ അകത്തെത്തി ശബദം കേട്ടിടത്തേക്ക് ഞാൻ ആഞ്ഞ് വീശി, ഒരു ഞെരക്കം കേട്ടു.

ഞാനാണ് ആദ്യം പിടിയിലായത്, തൊണ്ടി മുതലുകൾ സഹിതം ഞങ്ങൾ രണ്ട് പേർ അറസ്റ്റിലാണ്, സ്റ്റാൻലിയെ ഇനിയും പിടി കിട്ടിയിട്ടില്ല. പൈപ്പ് റേഞ്ച് കൊണ്ടുള്ള ആ പ്രയോഗത്തെ പറ്റി മാത്രമായിരുന്നു എനിക്ക് വ്യാകുലത, അതേറ്റോ? അതോ ആ വൃദ്ധൻ രക്ഷപ്പെട്ടോ? ആരോട് ചോദിക്കും? പോലീസുകാർക്കാണെങ്കിൽ എന്നിൽ നിന്നുമറിയേണ്ടത് കൂട്ടു പ്രതികളെ കുറിച്ചായിരുന്നു. വാസ്തവത്തിൽ അവരാരെന്നോ, എവിടുത്തുകാരെന്നോ ഒന്നും എനിക്കറിയില്ലായിരുന്നു, തരക്കേടില്ലാത്ത കുറ്റകൃത്യ വാസനയുള്ളവരാണെന്ന് ഇടപെട്ടപ്പോൾ മനസ്സിലായി, പ്ലാനും പദ്ധതിയും അവരുടെയായിരുന്നു, ഓപ്പറേഷൻ വിജയിച്ചാൽ കിട്ടുന്ന മെച്ചത്തെക്കുറിച്ച് പോലും എനിക്ക് തിട്ടമില്ലായിരുന്നു. വരുംവരായ്കകളെക്കുറിച്ചും, ലാഭ നഷ്ടങ്ങളെക്കുറിച്ചുമുള്ള ചിന്തകൾ കൃത്യത്തിന്റെ ആസ്വാദ്യതയെ നശിപ്പിക്കുമെന്ന് അറിയാവുന്ന കൊണ്ട് ആ വഹ ചിന്തകളും അന്വേഷണങ്ങളും ഒന്നും ഞാൻ നടത്താറില്ല. പക്ഷേ ഇതൊക്കെ ആരോട് പറയാൻ!,

ഈ അല്പ വിഭവന്മാർക്കിതു വല്ലോം പറഞ്ഞാൽ തിരിയുമോ?

കെട്ടുപാടുകൾ യാതൊന്നുമില്ലാത്ത, തികഞ്ഞ സ്വാതന്ത്ര്യത്തോടെയുള്ള കുറ്റകൃത്യങ്ങളെ പ്രതി എന്നിൽ അഭിനിവേശം കൊട്ടുമ്പിരികൊണ്ട ആ രാത്രികളിലൊന്നിൽ പുതിയൊരാശയവുമായി ഗോപനെത്തി. കഴിഞ്ഞ കുറച്ച് എപ്പിസോഡുകളിലായി ഗോപൻ ആസ്വദിച്ച് റിപ്പോർട്ട് ചെയ്യുന്നത് കൊച്ചി നഗരത്തിൽ നടക്കുന്ന സിരീസ് ക്രൈമുകളായിരുന്നു. പകൽ സമയത്ത്, നഗരത്തിന്റെ വിവിധ കോണുകളിലായി തുടർച്ചയായി അരങ്ങേറിയ ഈ ക്രൈമുകൾക്കായി ഉപയോഗിക്കപ്പെട്ട ആഡംബര കാറുകളായിരുന്നു മറ്റെല്ലാവരുടെയും റിപ്പോർട്ടുകളുടെ പഞ്ച് എങ്കിൽ ഗോപന്റെ സഹൃദയപ്രജ്ഞ കണ്ടെത്തിയത് കുറെ കൂടി കാവ്യാത്മകമായ മറ്റ് ചില വസ്തുതകളാണ്. ദുരൂഹ സുന്ദരമയായിരുന്ന ആ കൃത്യങ്ങളുടെ പ്രകൃതം. ഒന്ന് ഭാവന ചെയ്തു് നോക്കൂ, ജീവിതത്തിൽ അന്നുവരേയ്ക്കും, അതിനു ശേഷവും; തമ്മിൽ യാതൊരുവിധ പരിചയവും, അറിവും ഇല്ലാത്ത കുറച്ചുപേർ ഒത്തുചേരുന്നു, മുൻ നിശ്ചയിക്കപ്പെട്ട ഒരു ക്രൈം കൃത്യതയോടെ ചെയ്തു് തീർത്ത് യാതൊരു ബാധ്യതയും തമ്മിൽ ശേഷിപ്പിക്കാതെ പിരിയുന്നു!

കുറ്റകൃത്യങ്ങൾ ഓരോന്നും നേരിൽ സാമ്പത്തിക ലബ്ധിയുള്ളവയല്ലാത്തതുകൊണ്ട് ധനസമ്പാദനമല്ല ഈ കൃത്യങ്ങളുടെ മർമ്മോദ്ദേശ്യം എന്ന് ഗോപന്റെ റിപ്പോർട്ടുകൾ ആധികാരികമായി നിരീക്ഷിച്ചു. അതായത് നേരിൽ യാതൊരു കടപ്പാടും ബന്ധവുമില്ലാത്ത കുറച്ചു പേർ കൂടി ചേരുന്നു, മുൻനിശ്ചരയിക്കപ്പെട്ട ഒരു കൃത്യം ചെയ്യുന്നു, കൃത്യപൂർത്തിക്കാവശ്യമായ ചില്ലറ ആശയവിനിമയങ്ങൾ മാത്രം തമ്മിൽ നടത്തുന്നു, (ഒരുപക്ഷേ ഒരു ഓപ്പറേഷനിടയിൽ ഒരിക്കൽ പോലും അവർ തമ്മിൽ സംസാരിക്കണമെന്നില്ല!), ജീവിതത്തിൽ പിന്നീടൊരിക്കലും അവർ തമ്മിൽ കാണുന്നില്ല, കണ്ടാലും അറിയണമെന്നില്ല, അറിഞ്ഞാലും തമ്മിൽ കൈമാറാൻ ബാധ്യതകളൊന്നും ബാക്കി നില്പില്ല. അടുത്ത ഓപ്പറേഷനിൽ മറ്റ് ചിലരോടൊപ്പമാകും ചേരുക, അവരും ഇത് പോലെ അപരിചതരായി ഒരുമിക്കും, അപരിചിതരായി പിരിയും, അങ്ങനെ തന്നെ തുടരും. എത്ര ഹൃദ്യവും കാവ്യാത്മകവുമാണ് ആ ബന്ധം, ഏർപ്പെടുന്ന കൃത്യത്തോടുള്ള അഭിനിവേശത്താൽ മാത്രം ഒന്നു ചേരുന്ന സംഘം, കഴിയും വിധം കുറുപാടോടെ തങ്ങളുടെ ഭാഗം ഓരോരുത്തരും നിർവഹിക്കുന്നതോടെ ഭംഗിയിൽ കലാശിക്കുന്ന കൃത്യം, അതിൽ ചരിതാർത്ഥരായി സംതൃപ്തിയോടെ

പിരിയുന്ന കൂട്ടം! രാഗദ്വേഷ വാസനകളിൽ നിന്ന് വിമുക്തമായി കർമ്മത്തെ മാത്രം രുചിക്കുന്ന ക്രൈം ഓപ്പറേഷൻ!!

ഏറെ വൈകാതെ എനിക്കും അത്തരത്തിലൊന്നിലേക്ക് ക്ഷണം ലഭിച്ചു. അജ്ഞാതമായ ഒരു നമ്പറിൽ നിന്നായിരുന്നു ആ ഫോൺ വന്നത്, താത്പര്യമുണ്ടെങ്കിൽ വരുന്ന ആഴ്ച ഒരു ഓപ്പറേഷനുണ്ടെന്നും സ്ഥലവും മറ്റ് വിവരങ്ങളും പിന്നാലെ അറിയിക്കാമെന്നും അയാൾ പറഞ്ഞു. രണ്ട് ദിവസത്തിനു ശേഷം മറ്റൊരു ഫോൺ വന്നു, ആദ്യം വിളിച്ച ശബ്ദമായിരുന്നില്ല അത്. വ്യാഴാഴ്ച വൈകുന്നേരം ബൈപ്പാസ് റോഡിന്റെ തുടക്കത്തിൽ റോഡിനു പടിഞ്ഞാറ് വശം കാത്ത് നിൽക്കണമെന്നും, ഒരു കറുത്ത ഫോർച്ച്യൂണർ കാറ് വന്ന് പിക്ക് ചെയ്യുമെന്നും അറിയിച്ചു. റോഡിന് പടിഞ്ഞാറ് വശം നിൽക്കാനാവശ്യപ്പെട്ടതിൽ നിന്നും വടക്കെവിടെയോ ആണ് ക്വട്ടേഷൻ എന്ന് ഞാൻ ഊഹിച്ചു, കൊലയാണോ? കൊള്ളയാണോ? കൊള്ളിവെയ്പാണോ? അതോ ബലാത്സംഗമോ? എനിക്ക് ജിജ്ഞാസ വർദ്ധിച്ചു. ആ രണ്ട് നമ്പരുകളിലും വിളിച്ചു നോക്കി- ഒന്നിൽ ഒരു പുരുഷശബ്ദവും മറ്റൊന്നിൽ സ്ത്രീ ശബ്ദവും- വിളിച്ച നമ്പർ പരിശോധിക്കാൻ എന്നോട് ആവശ്യപ്പെട്ടു!

ഏതായാലും വ്യാഴാഴ്ച ഉച്ചതിരിഞ്ഞ് നിർദ്ദേശിക്കപ്പെട്ടതു പോലെ ഞാൻ റോഡരികിൽ കാത്ത് നിന്നു, കാർ വന്നു, കയറി, ഡ്രൈവർക്ക് തൊട്ടു പിന്നിലെ സീറ്റിലൊഴികെ ബാക്കി എല്ലാറ്റിലും ആളുണ്ട്, സ്റ്റീരിയോവിലൂടെ നേർത്ത ശബ്ദത്തിൽ ഒരു ഭക്തിഗാനം കേൾക്കുന്ന പോലെ! ഡ്രൈവറുടെ ഇടതുവശം തവിട്ട് കളർ കുർത്താ ധരിച്ച്, കൈയ്യിൽ കറുപ്പ്, മഞ്ഞ, ചുവപ്പ് ചരടുകൾ കെട്ടിയ, നെറ്റിയിൽ കറുത്ത കുറി തൊട്ട വെളുത്ത സുമുഖൻ പിന്തിരിഞ്ഞ് (നല്ല മുഖപരിചയം തോന്നുന്നു) ഒരു കടലാസ് എനിക്ക് തന്നു, ഒന്ന് ചിരിച്ചു, “കിഡ്നാപ്പാണ്”, വീണ്ടും ചിരിച്ചു, തിരികെ സീറ്റിലേക്കമർന്ന് സ്റ്റീരിയോയുടെ ശബ്ദമുയർത്തി,

“വൈകി വരുന്നോർക്കും മോക്ഷം നൽകും..

വൈക്കത്തപ്പാ പരമ പ്രഭോ..”

ആ കുറിപ്പ് വായിച്ച് നോക്കി (സാധാരണ ഇത്തരം ആക്ഷനുകൾക്ക് പോകുമ്പോൾ കണ്ണട കരുതാറില്ല, ഈ പരിപാടിയിലെ അസന്നിദ്ധത കാരണം വേഷത്തിലും, മറ്റ് തയ്യാറെടുപ്പുകളിലും വേണ്ടപോലെ ശ്രദ്ധിക്കാനാകാഞ്ഞ കൊണ്ട് കണ്ണട കയ്യിലുണ്ട്, ഭാഗ്യം), ഒരു സ്കൂൾ കുട്ടിയെ ആണ് തട്ടേണ്ടത്. വൈറ്റിലയിൽ നിന്ന്

കടവന്ത്ര തിരിഞ്ഞ് കലൂർ വഴി പോണേക്കരക്ക് പോകുന്ന റൂട്ട് മാപ്പും കൊടുത്തിട്ടുണ്ട്. ഞാൻ ചുറ്റും ഉള്ളവരെ നോക്കി എല്ലാരുടെയും കൈയ്യിൽ ഇതേ കുറിപ്പുണ്ട്, ഒന്ന് രണ്ട് പേർ ഉറക്കമാണ്, മറ്റൊരാൾ കുറിപ്പ് സശ്രദ്ധം വായിക്കുന്ന പോലുണ്ട്. ഒരു ആക്ഷന് പോകുന്ന അന്തരീക്ഷമേയില്ല, എല്ലാവരും കൂടി ഏതോ ചിരകാല സുഹൃത്തിന്റെ കല്ല്യാണത്തിനു പോകും പോലെയുണ്ട്, ഞാനും റിലാക്സ്ഡ് ആയി. പുറത്തേക്ക് നോക്കി ചിന്തകളിൽ പെട്ടു, പൊണേക്കരക്ക് പോകാൻ ഇതിലുമെളുപ്പം ഇടപ്പള്ളീന്ന് തിരിയണതല്ലേ? ചങ്ങമ്പുഴ പാർക്കിന്റെ അവിടുന്ന് പടിഞ്ഞോട്ട് ചെന്ന് ഇടത്തോട്ട് തിരിഞ്ഞാൽ പോണേക്കര എത്താം, ഇത്രേം ചുറ്റണ്ട. ഇനി അതല്ലേൽ പാലാരിവട്ടത്തു നിന്ന് ദേശാഭിമാനീടെ അതിലേ കൂടി നേരെ പോണേക്കരക്ക് ചെല്ലാം, സിനീടേ വീടിന്റെ മുൻപിലൂടെ, അതല്ലേ എളുപ്പം. അത് തന്നെയാ, എത്രയോ തവണ ഞാൻ പോയേക്കുന്നു. ആരോടെങ്കിലും ചോദിക്കാമെന്ന് തോന്നി, ചോദിച്ചില്ല.

വണ്ടി ഒരു മേൽപാലം പിന്നിടുകയാണ്, “ഹേയ് ഇങ്ങനൊന്ന് കണ്ടിട്ടില്ലല്ലോ”! അപ്പോഴാണ് ഈ വഴിയേ വന്നിട്ട് കൊല്ലം ഒന്ന് കഴിഞ്ഞ കാര്യം ഓർമ്മവന്നത്. പ്രസവം കഴിഞ്ഞ് സിനി വീട്ടിലേക്ക് വന്നിട്ടില്ല, മോൾക്ക് നാല് വയസ്സാകും വരെ ഞാൻ അങ്ങോട്ട് പോകുന്ന പതിവ് ഉണ്ടായിരുന്നു, കഴിഞ്ഞ ഓണത്തിന് മോൾക്ക് ഉടുപ്പ് വാങ്ങി കൊടുക്കാൻ പോയതാ അവസാനത്തേത്. അന്ന് ഉച്ചതിരിഞ്ഞുള്ള മദ്യപാനത്തിനിടയിലെ കശപിശയെ തുടർന്ന് അളിയൻ ചെക്കനേയും കാർന്നോരെയുമടക്കം കുടുംബമടച്ച് പുലഭ്യം പറഞ്ഞിറങ്ങി പോന്നിട്ടിപ്പോൾ ഒരു കൊല്ലമായി, സിനി പിന്നീട് ഫോൺ ചെയ്യുക പോലും ചെയ്തിട്ടില്ല. പക്ഷേ അന്നിതിലെ വരുന്ന കാലത്തൊന്നും ഈ പാലം ഇവിടില്ലായിരുന്നു!

വണ്ടി ഹൈവേയിൽ നിന്ന് പടിഞ്ഞാറോട്ട് തിരിഞ്ഞതോടെ, മുൻ സീറ്റിലിരുന്ന ആൾ ഞങ്ങളോടെല്ലാവരോടുമായി പറഞ്ഞു, “മൂന്ന് മിനിറ്റ്, മാക്സിമം നാല്, അതിനുള്ളിൽ കാര്യം നടത്തി എസ്കേപ്പ് ആകണം, ഓരോരുത്തരും എന്ത് ചെയ്യണമെന്ന് സ്പോട്ടിലെത്തുമ്പോൾ ഞാൻ പറയാം”. യാത്രയുടെയും, ഉച്ചമയക്കത്തിന്റെയും ചടവിൽ നിന്നുണർന്ന് എല്ലാരും ഉഷാറായി. ഞങ്ങളുടെ കാർ ഒരു സ്കൂൾ ബസ്സിനെ ഓവർ ടേക്ക് ചെയ്തു, ആ വണ്ടിയിലാണ് കിഡ്നാപ്പ് ചെയ്യേണ്ട കുട്ടിയുള്ളത്. കാർ മുന്നോട്ട് നീങ്ങി പോണേക്കര ജവാൻ ക്രോസ് റോഡിലേക്ക് തിരിയുന്നതിനിടത്ത് വലതു വശമുള്ള എ.റ്റി.

എം. കൌണ്ടറിനു മുന്നിൽ നിന്നു, കുട്ടികളെ കൂട്ടികൊണ്ട് പോകാൻ കുറച്ച് പേർ അവിടെ കാത്ത് നില്പുണ്ട്. കൂട്ടത്തിൽ നിന്നും ഒരാൾ ഇറങ്ങി എ.റ്റി.എമ്മിലേക്ക് കയറി, അയാളെ കാത്ത് നിൽക്കുന്ന വ്യാജേന ഞങ്ങളിരുന്ന കാർ സ്റ്റോപ്പിനോട് ചേർന്ന് കിടന്നു.

സ്കൂൾ ബസ് എത്തി കഴിഞ്ഞു, പല പ്രായത്തിലുള്ള കുട്ടികൾ ഇറങ്ങി, യൂണിഫോമിട്ട കുട്ടികൾക്കിടയിൽ കളർ ഡ്രസ്സിട്ട പിറന്നാള്കാരിയെയാണ് ഞങ്ങൾക്ക് വേണ്ടത്. പെൺകുട്ടി വന്നിറങ്ങിയ പാടെ ഒരു വൃദ്ധൻ അവൾക്കടുത്തെത്തി ബാഗ് വാങ്ങി പിടിക്കുന്നു, മുൻ സീറ്റിലിരുന്ന് കാര്യങ്ങൾ നിയന്ത്രിച്ച കുർത്താധാരി എനിക്ക് നിർദ്ദേശം തന്നു, “കിളവനെ സൈഡാക്കിക്കോളണം”. പുറത്തിറങ്ങി രണ്ടാമത്തെ കുതിപ്പിൽ കിളവന്റെ അടുത്തെത്തി വായ കൂട്ടി പിടിച്ച് അയാളെ ഞാൻ പിന്നോട്ട് മലത്തി. എന്താണ് സംഭവിക്കുന്നതെന്ന് മനസിലാക്കും മുന്നേ അയാളെ ഞാൻ മണ്ണിൽ കമഴ്ത്തി. ഈ നേരത്തിനുള്ളിൽ പൂ പറിക്കുന്ന ലാഘവത്തോടെ പെൺകുട്ടിയെ മറ്റുള്ളവർ വണ്ടിയിൽ കയറ്റി കഴിഞ്ഞു. വൃദ്ധൻ എഴുന്നേറ്റ് പിന്നാലെ ഓടാതിരിക്കാനായി നട്ടെല്ലിന്റെ കിഴറ്റത്ത് മുട്ടുകാല് ചേർത്തൊരു കുത്ത് കുത്തിയെഴുന്നേറ്റ് ഞാൻ വണ്ടിയിലോടി കയറി. കാറിന്റെ റിയർ ഗ്ലാസിലൂടെ ഞാൻ നോക്കി, ഇല്ല, കിണഞ്ഞ് പരിശ്രമിച്ചിട്ടും കിഴവന് എഴുന്നേൽക്കാൻ പറ്റുന്നില്ല. അത് തന്നെ ശ്രദ്ധിച്ചിരുന്ന കുർത്താധാരി എന്നെ നോക്കി മതിപ്പോടെ ചിരിച്ചു.

കാർ തേവര പാലം കടന്ന് അതിവേഗം തെക്കോട്ട് പായുകയാണിപ്പോൾ, പെൺകുട്ടി പിൻസീറ്റിലെവിടെയോ ഉണ്ട്. പിന്തിരിഞ്ഞ് അവളെയൊന്ന് നോക്കണമെന്ന് എനിക്കുണ്ട്, പക്ഷേ ആരും അങ്ങനെ ചെയ്യുന്നില്ല! സാർത്ഥകമായ ഒരു പ്രവർത്തി ദിനം പൂർത്തിയാക്കി വീട്ടിലേക്ക് മടങ്ങുന്ന ചാരിതാർഥ്യത്തോടെ സകലരും റിലാക്സ്ഡായി ഇരിക്കുന്നു! പെൺകുട്ടിയുടെ ശബ്ദം പോലും പിന്നീട് കേൾക്കുന്നില്ല! എന്റെ തൊട്ടടുത്തിരിക്കുന്ന ഉയരം കൂടിയ മനുഷ്യൻ തല വശത്തേക്ക് ഒടിച്ച് ഉറക്കമായി കഴിഞ്ഞു. പുറത്തേക്ക് നോക്കിയിരുന്ന ഇരിപ്പിൽ ആ വൃദ്ധന്റെ മുഖം ഓർത്തെടുക്കാൻ ഞാൻ ശ്രമിച്ചു, പിന്നാക്കം മലത്തുന്നതിനിടയിൽ അരക്ഷണം ഞാനയാളെ കണ്ടിരുന്നു, സിനീടെ ചാച്ചനെ പോലുണ്ട്.., ചാച്ചൻ... കണ്ണുകൾ തള്ളിച്ച് മുരണ്ട് ഞെരളുന്ന മുഖം ഒരു മിന്നായം പോലെ കിട്ടി; “വൺസൈഡ് എത്രയാ?” ബി.ഓ.ട്ടി. പാലത്തിൽ ടോൾ എടുക്കുവാണ് കുർത്താക്കാരൻ. ഇനി നാലഞ്ച് കിലോമീറ്റർ പിന്നിട്ടാൽ

ഈ നഗരം കടക്കാം, കാർ പാരീസ് ജംഗ്ഷനിൽ നിന്നുമിടത്തോട്ട് തിരിഞ്ഞു.

നീട്ടിയുള്ള ഹോൺവിളി കേട്ടാണ് ഞെട്ടിയുണർന്നത്, ഗേറ്റിൽ വന്നുനിന്ന വണ്ടിയുടെ പ്രകാശം കുടുംബവീടിന്റെ കുമ്മായ ഭിത്തിയിൽ തട്ടി മുറ്റത്താകെ പരന്നു. വെളിച്ചത്തിലേക്ക് ഞാൻ നടന്നു കയറിയതും ലൈറ്റ് അണഞ്ഞ്, ആകെ ഇരുട്ട് പരന്നു. ഇപ്പോൾ കാറിനകത്തെ മഞ്ഞ വെളിച്ചം മാത്രമേയുള്ളൂ, മുൻ സീറ്റിലെ കർത്താധാരി ഒരു രസീതും പേനയും എന്റെ നേരെ നീട്ടി, ഞാനതിൽ ഒപ്പിട്ടു, പണം നിക്ഷേപിച്ചതിന്റെ കൌണ്ടർ ഫയൽ എന്റെ പോക്കറ്റിൽ കിടന്നത് ചെറു ചിരിയോടെ അയാൾ കൈയ്യിട്ടെടുത്തു, ഡോർ അടച്ചു, വെളിച്ചം കെട്ടു. പിന്നിലെ ഇരുളിൽ നിന്ന് രണ്ട് പേർ വന്ന് കാറിൽ കയറുന്നതിനിടെ, “അരമുക്കാൽ മണിക്കൂറ് കൂടി ഉറങ്ങും” എന്ന് പറഞ്ഞു. വണ്ടി സ്റ്റാർട്ടായി, ഹെഡ് ലൈറ്റിന്റെ വെളിച്ചത്തിൽ കുളിച്ച് നാണത്തോടെ ഞാൻ നിന്നു, ആദ്യം ഒന്ന് മുന്നാക്കം വന്ന്, പിന്നെ റിവേഴ്സെടുത്ത് ഗേറ്റ് കടന്ന് വടക്കോട്ടാഞ്ഞ് തെക്കെ ദിശയിലേക്ക് ആ കറുത്ത ഫോർച്ച്യൂണർ പാഞ്ഞ് പോയി.

ഞാൻ ടിവി ഓണാക്കുമ്പോഴേക്കും ക്രൈം ഫയൽ തുടങ്ങി കഴിഞ്ഞിരുന്നു, പ്രധാന സംഭവങ്ങൾ പറഞ്ഞ് കഴിഞ്ഞ്, വിശദാംശങ്ങളിലേക്ക് കടക്കുകയാണ് ഗോപൻ. കൊച്ചി നഗരത്തിലെ ആഡംബര കാർ ക്രൈമുകളുടെ ഇന്നത്തെ എപ്പിസോഡാണ് പ്രതിപാദ്യം. പോണേക്കര ജവാൻ ക്രോസ് റോഡിൽ നിന്നും പിറന്നാള്കാരി കിഡ്നാപ്പ് ചെയ്യപ്പെട്ടതാണ് വാർത്ത. വിശദാംശങ്ങളിലേക്ക് പതിഞ്ഞ കാലത്തിൽ പ്രവേശിക്കുന്നതേയുള്ളൂ ഗോപൻ, ഇപ്പോൾ നെറ്റിയിൽ കുറിയും, കൈയ്യിൽ ചരടുകളുമൊന്നുമില്ല, തവിട്ട് കളർ കുർത്തയുടെ സ്ഥാനത്തിപ്പോൾ പതിവ് കോട്ടും ടൈയും!...

നഗ്നനാൽവർ

അവിചാരിതമായി വന്ന ആ അതിഥി ഇല്ലായിരുന്നെങ്കിൽ കോടതി പിരിഞ്ഞ് അസോസിയേഷനിൽ പതിവുള്ള ചീട്ടുകളിയിൽ മുഴുകിയേനെ ഉറുമീസ് വക്കീലിന്റെ അന്നത്തെ വൈകുന്നേരവും. കക്ഷികളാരോ കാണാൻ വന്നുവെന്ന് പറഞ്ഞാണ് കളിച്ചു കൊണ്ടിരുന്ന കൈ മടക്കി ഉറുമീസ് വക്കീൽ പെട്ടെന്ന് ഓഫീസിലേക്ക് പോയത്. ഒരോ റൗണ്ട് ചീട്ട് വിളമ്പുമ്പോളും സഹകളിക്കാര് പലരും റിങ് ചെയ്തെങ്കിലും അദ്ദേഹം ഫോണെടുത്തില്ല, സന്ധ്യയായിട്ടും കാണാഞ്ഞതിനാൽ ജൂനിയർമാരിലാരോ ചെന്ന് നോക്കുമ്പോളുണ്ട് ക്യാബിനിൽ ഡസ്ക്കിലേക്ക് മുഖമമർത്തി കിടക്കുകയാണ് ഉറുമീസ് സാറ്. വേഗത്തിൽ കോട്ടയം മെഡിക്കൽ കോളേജിലെത്തിച്ചെങ്കിലും ചീഫ് ഫിസിഷ്യൻ വന്ന് നോക്കി ഡ്യൂട്ടി ഡോക്ടറുടെ നിഗമനം ശരിവെച്ചു, ഉറുമീസ് വക്കീൽ മരിച്ചു. പൊടുന്നനെയുള്ള മരണത്തെ കുറിച്ച് കോടതിയിലും സുഹൃത്തുക്കൾക്കും ബന്ധുക്കൾക്കുമിടയിലും അനുമാനങ്ങൾ കുമിയുന്നതിനിടെ പിറ്റേന്ന് രാവിലെ തന്നെ സീനിയർ ഫോറൻസിക്ക് സർജ്ജൻ, ഡോക്ടർ: ബീനാ ജോർജ്ജ്, വക്കീലിന്റെ പോസ്റ്റ്മാർട്ടം നടത്തി.

രാവിലെ പതിവിലും നേരത്തെ വന്ന ഒരു ഫോൺ കോളിനു ശേഷം ഉറുമീസ് വക്കീലിൽ ചില അസ്വസ്ഥതകളും ചില്ലറ മതിഭ്രമവും ശ്രദ്ധിച്ച ഭാര്യ ദീനാമ്മ മരുന്നെടുത്ത് കൊടുക്കുന്നതിനിടെ കാര്യം തിരക്കിയിരുന്നു. എപ്പോഴത്തെയും പോലെ അതിന്

കൃത്യമായ മറുപടിയൊന്നും കൊടുക്കാതെ "പ്രാർത്ഥന മുടക്കരുത്" എന്ന പതിവ് നിർദ്ദേശം നൽകി വക്കീല് കോടതിയിലേക്കിറങ്ങുകയാണുണ്ടായത്. പ്രായത്തിന്റേതായ അല്ലറ ചില്ലറ തേയ്മാനങ്ങൾക്ക് സ്വയം പഴിച്ച് ജീവിക്കുന്ന ദീനാമ്മ, വക്കീലിൽ കണ്ട അസ്വഭാവികതകളെ പ്രായത്തിന്റെ പറ്റിലെഴുതി ആശ്വസിച്ചു. പക്ഷേ ആരെന്നും, എന്തിനെന്നും പറയാൻ കൂട്ടാക്കാതെ സന്ദർശനാനുമതി ചോദിച്ച് വിളിച്ച ആ സ്ത്രീ ശബ്ദത്തെപറ്റിയുള്ള ആകാംഷ ഓഫീസിലേക്ക് ചെല്ലും വരെയും വക്കീലിനെ അസ്വസ്ഥതപ്പെടുത്തിക്കൊണ്ടിരുന്നു. "വയസ്സ് അറുപത്തിനാലായി" എന്ന് സ്വയം ഓർമ്മിപ്പിച്ച് ഉറുമീസ് വക്കീല് യാദൃശ്ചികതകളെ പതറാതെ നേരിടാൻ മനസ്സിനെ പ്രാപ്തമാക്കിവെച്ചുവെങ്കിലും, അന്നുടനീളം ഇടയ്ക്കിടയ്ക്ക്, വക്കീലിന്റെ മനസ്സ് ആകാംഷയുടെ ഗട്ടറിൽ വീണുകൊണ്ടിരുന്നു.

ഓഫീസിൽ രാവിലെയുള്ള തിരക്കുകൾ തീർത്ത് പതിനൊന്നു മണി നേരം കോട്ടുമിട്ട് കോടതിയിലേക്ക് പോകാനിറങ്ങുമ്പോളാണ് വക്കീലിനെ തേടി രണ്ടാമതും ആ കോൾ എത്തുന്നത്. സന്ദർശന സമയം ഒന്നു കൂടി ഉറപ്പാക്കാനും, സ്ഥലം ഏതെന്ന് തീരുമാനിക്കാനുമായിരുന്നു ആ വിളി. "ഓഫീസിലാവാം" എന്ന വക്കീലിന്റെ നിർദ്ദേശത്തിന് അല്പ നേരത്തെ മൌനത്തിന് ശേഷം മറുപടി വന്നു, "ഓക്കെ... ഓഫീസ്... ഓ...ക്കെയാണ്, പക്ഷേ അല്പം പ്രൈവസി വേണ്ട കാര്യമാണ്". ഉച്ച കഴിഞ്ഞുള്ള നേരം തന്റെ ഓഫീസ് വിജനമായിരിക്കുമെന്ന വക്കീലിന്റെ ഉറപ്പിന്മേൽ, വൈകിട്ട് മൂന്നിന് വക്കീലാപ്പീസിൽ എന്ന് അവർ ഒടുവിൽ ധാരണയിലെത്തുകയായിരുന്നു.

അതിഥിക്ക് ഏതാണ്ട് അമ്പത്തിയഞ്ച് വയസ്സ് പ്രായം കാണും, ഇരുണ്ട നിറം, തോളറ്റം ചേർത്ത് വെട്ടിയ നര പടർന്ന മുടി, നേർത്ത ഫ്രെയിമുള്ള കണ്ണട, അല്പം പതിഞ്ഞ മൂക്ക്, വന്നുകയറിയ മുതൽക്ക് കറുത്ത ചുണ്ടത്ത് ചിരിയുടെ മായാത്തൊരു നേർപ്പ്. എത്ര ആലോചിച്ചിട്ടും, അവർ സ്വയം പരിചയപ്പെടുത്തിയിട്ട് കൂടിയും, ഉറുമീസ് വക്കീലിന് ആളെ തിരിച്ചറിയാൻ സാധിക്കുന്നുണ്ടായിരുന്നില്ല. ഒരു തുമ്പിനായി യത്നിക്കുന്ന ഉറുമീസിന്റെ തലച്ചോറ് നെറ്റിയിലേക്ക് പടർത്തിയ ചുളിവു നിവരലുകൾ കണ്ട് അതിഥിക്ക് ചിരി വന്നു. തന്റെ കണ്ണുകളിലേക്ക് തന്നെ നട്ടിരിക്കുന്ന അതിഥിയുടെ കണ്ണുകളെ നേരിട്ട ഉറുമീസിന് ഉള്ളിൽ വല്ലാത്ത അസ്വസ്ഥത തോന്നി, നോട്ടം പിൻവലിച്ച്, വിയർത്തൊലിക്കാൻ തുടങ്ങിയ ഉള്ളംകൈ രണ്ടും പാന്റ്സിലോട്ട് കൂട്ടി തിരുമ്മി. അധികമൊന്നും സംസാരിച്ചില്ലെങ്കിലും

പരസ്പരം പഴകാൻ സാന്നിധ്യങ്ങൾക്കുള്ള അനുശീലനം നിമിത്തം ഔപചാരികതക്ക് തെല്ലയവായി വന്ന നിമിഷം അതിഥി തന്റെ ആവശ്യം അറിയിച്ചു. മറ്റൊന്നുമല്ല, ഉടുതുണിയില്ലാതെ ഉറുമീസ് വക്കീലിന്റെ നഗ്ന രൂപം അവർക്കൊന്നു കാണണം! (ചുണ്ടത്തെ ചിരി മുറിയാതെ ഇവരിതെങ്ങനെ സംസാരിക്കുന്നു! എന്നതായിരുന്നു വക്കീലിന് ആദ്യം തോന്നിയ വിസ്മയം, അതിനു ശേഷം മാത്രമാണ് ആവശ്യത്തിന്റെ ഉള്ളടക്കം വക്കീലിന്റെ തലച്ചോറിൽ പതിഞ്ഞത്).

വക്കീലിലെ ഭാവമാറ്റം കണ്ടിട്ടാകണം അതിഥിയും തെല്ലൊന്ന് സംഭ്രമപ്പെട്ടെങ്കിലും പൊടുന്നനെ സ്ഥൈര്യം തിരികെ പിടിച്ച് ബാഗിൽ നിന്നും ഫോണെടുത്ത്, അതിലെന്തോ ഒന്ന് തെരഞ്ഞെടുത്ത് അവർ ഉറുമീസിന്റെ കൈയ്യിൽ കൊടുത്തു. ആ ഫോൺ വാങ്ങി, കൈയ്യിൽ നിന്നും ഒലിച്ച് സ്ക്രീനിലേക്ക് പടർന്ന വിയർപ്പ് തുടച്ച് ഫോണിലെ ഫോട്ടോയിലേക്ക് ഉറുമീസ് നോക്കിയിരുന്നു. പൂർണ്ണ നഗ്നരായ നാല് ആൺഉടലുകളുടെ പിന്നാമ്പുറകാഴ്ചയാണ് ആ ബ്ലാക്ക് ആന്റ് വൈറ്റ് ചിത്രം. ഓടാനായി മുന്നോട്ടാഞ്ഞ് നിൽക്കുന്ന നീണ്ട് മെലിഞ്ഞ മൂന്നുടലുകൾ, അവർക്കല്പം പിന്നിലായി നാലാമത്തേത്, ഉടൽ പാതി തിരിഞ്ഞ നിലയിൽ നിൽക്കുന്ന കൊലുന്നനെയുള്ള ആ രൂപം തന്റേതാണ്, ഉറുമീസ് കണ്ണുയർത്തി അതിഥിയെ അറച്ചൊന്നു നോക്കിയ ശേഷം വീണ്ടും ചിത്രത്തിലേക്ക് കുമ്പിട്ടു.

നാല്പത്തിനാല് കൊല്ലം മുൻപുള്ള ചിത്രമാണ്, കൃത്യമായി പറഞ്ഞാൽ 1974 ആഗസ്റ്റ് 15ന്, വീനസ്സും ചാർലിയുമായിരുന്നു എല്ലാത്തിന്റെയും സൂത്രധാരന്മാർ, ദേവനും കാര്യങ്ങളെ പറ്റി ഏതാണ്ടൊരു ധാരണ കാണുവായിരുന്നിരിക്കണം, ഏതായാലും സംഭവം നടക്കും വരെയും പദ്ധതി എന്താണെന്നുള്ള യാതൊരു മനസ്സറിവും ഉറുമീസിനില്ലായിരുന്നു; എന്നാൽ "ഒരുത്തനും ചെയ്യാത്ത എന്തെങ്കിലും ചെയ്യണമെന്ന്" ഹോസ്റ്റലിലിരുന്ന് ചാർലി പറയുന്നത് ഉറുമീസ് കേട്ടതുമാണ്. അവധി ദിനമായതിനാൽ അലസശൂന്യമായിരുന്ന എറണാകുളം ബ്രോഡ് വേയിലെ അന്നത്തെ വൈകുന്നേരം. ഏതാണ്ട് ആഞ്ച് മണിയോടടുത്ത് സിൽക്ക് പാരഡൈസിനെതിരെ വീനസ് തന്റെ ഇളംപച്ച പ്രീമിയർ പദ്മിനി കാർ ഒതുക്കി നിറുത്തി പുറത്തിറങ്ങാതെ ആരെയോ കാത്തിരുന്നു. എട്ട് പത്ത് മിനിറ്റുകൾക്കുളളിൽ കാറിന് 150 മീറ്റർ പിന്നിലായി ലാമ്പി സ്കൂട്ടറിൽ രണ്ട് ചെറുപ്പക്കാരെത്തി, ഒരാളിറങ്ങി കഴുത്തിൽ ക്യാമറ തൂക്കി തയ്യാറായി നിന്നു. റിയർഗ്ലാസിലൂടെ അയാളെ തന്നെ നോക്കിയിരുന്ന വീനസും

ചാർലിയും വേഗത്തിൽ തങ്ങളുടെ വസ്ത്രങ്ങൾ ഓരോന്നായി ഊരിമാറ്റി. ഒന്നമാന്തിച്ചെങ്കിലും മഹാദേവനും അതേ പോലെ ചെയ്തു, കാര്യമറിയാതെ മിഴിച്ച് നിന്ന ഉറുമീസിനെ ഞൊടി നേരം കൊണ്ട് വീനസും ദേവനും ചേർന്ന് വിവസ്ത്രനാക്കി. അടിവസ്ത്രം സംരക്ഷിക്കാൻ ഉറുമീസ് നടത്തിയ ശ്രമത്തിൽ അയാളുടെ ജെട്ടി രണ്ടായി പിന്നി, അപ്പോഴേക്കും ഡോറ് തുറന്നിറങ്ങി ഓടിയ ചാർലിയുടെ പിറകെ മറ്റ് രണ്ട് പേരും, മൂവർക്കും പിന്നിലായി ഉറുമീസും ബ്രോഡ് വേയുടെ ഇടുങ്ങിയ വീഥിയിലൂടെ ഓടി തുടങ്ങി.

തെക്കോട്ടാണോടുന്നത്, മറ്റൊരുഗ്രഹവുമില്ല, പിറന്ന പടിയുള്ള അവസ്ഥയിൽ വേറൊന്നും ചെയ്യാനുമില്ല, ഉറുമീസ് വെച്ചുപിടിച്ചു. ഇരുവശങ്ങളിൽ നിന്നും ഒറ്റപ്പെട്ട കൂക്കി വിളികളും ആക്രോശങ്ങളും കേൾക്കുന്നുണ്ടെങ്കിലും വശങ്ങളിലേക്ക് പാളാതെ മുന്നിലേക്ക് മാത്രം നോക്കുറപ്പിച്ച് ഉറുമീസ്സ് ആകാവുന്ന വേഗതയിൽ കുതിച്ചു. നൂറ്റമ്പത് മീറ്റർ ഓടി ബ്രോഡ് വേയുടെ സ്വകാര്യത മുറിഞ്ഞ് ഷണ്മുഖം റോഡിന്റെ തുറസ്സിലേക്ക് ചെന്നുപെട്ട ഉറുമീസിന് ഉടുതുണിക്കൊപ്പം ഉരിഞ്ഞു പോയ മാനത്തെ പറ്റിയുള്ള ആധിയുരുണ്ടുകേറി വയറു വിലങ്ങി, അസ്തമന സൂര്യന്റെ സ്വർണ്ണപ്രകാശം തട്ടി മേല് കുളിർത്തു, ഓട്ടത്തിനിടെ കൈകൾ കൊണ്ട് പൊത്തി ജനനേന്ദ്രിയം മാത്രം മറച്ച് പിടിക്കാൻ ഒരു വിഫലശ്രമവും അയാൾ നടത്തി. താഴെ തറ ചുഴുന്ന പോലെ തോന്നുന്നു, കാലുകൾക്ക് വേഗത കുറഞ്ഞു, അപ്പോഴേക്കും പിന്നിലെ ആർപ്പും കൂക്കും അടുത്ത് വരുന്നത് ഉറുമീസറിഞ്ഞു,ഓട്ടം പരമാവധി വേഗത്തിലാക്കി. സി.എസ്.ഐ പള്ളിയും, ഗസ്റ്റ് ഹൌസും പിന്നിട്ട് പാർക്ക് അവന്യൂ റോഡിൽ നിന്നും ബോട്ട് ജെട്ടിയിലേക്കുള്ള തിരിവിനടുത്ത് വെച്ച് എപ്പോഴോ ഉറുമീസ് മറ്റുള്ളവർക്കൊപ്പമെത്തി, അവർക്കാർക്കും തന്നോളം പരിഭ്രമമില്ലെന്ന് ഉറുമീസിന് മനസ്സിലായി, ലോ കോളേജ്ജിനു കുറുകെ കടക്കുന്ന നേരം അവരെയും കടന്ന് കുതിച്ച ഉറുമീസ്, "ഹോസ്റ്റൽ... ഹോസ്റ്റൽ" എന്ന് ആരോ പിന്നിൽ നിന്നും വിളിച്ച് പറഞ്ഞത് മാത്രം കേട്ടു, പിന്നൊന്നും ഓർമ്മയില്ലാ നിമിഷങ്ങൾക്കകം ഹോസ്റ്റൽ മുറിയിലെ ബെഡ് ഷീറ്റെടുത്ത് പുതച്ചത് മാത്രം ഇപ്പഴുമോർമ്മയുണ്ട്.

ഓഫീസിലെ പെഡസ്റ്റൽ ഫാനിന്റെ സ്പീഡ് അതിഥി കൂട്ടിയെന്ന് തോന്നുന്നു, മുഖത്ത് കാറ്റേറ്റപ്പോൾ വക്കീലിന് അവരുടെ നേർക്ക് നോക്കാമെന്നായി. അപ്പോഴേക്കും ഫോൺ തിരികെ വാങ്ങി അവരെഴുന്നേറ്റിരുന്നു, "വക്കീല് വിയർക്കണ്ടാ, ഞാൻ കണ്ടോളും, അവര്

മൂന്ന പേരും എന്നെ കാണിച്ചിട്ടാ പോയത്". അത്ര മാത്രം പറഞ്ഞ് ചുണ്ടത്ത് ചിരിയുടെ നേർമ്മയുമായി അവർ ക്യാബിൻ വിട്ടു. "അവര് മൂവരും കാണിച്ചിട്ടാ പോയത്" എന്ന വാചകം വക്കീലിനെ വലം വെച്ചു. ദേവനാണ് ആദ്യം പോയത്, പിന്നാലെ ഒരപകടത്തിൽ ചാർലിയും, മാസങ്ങൾക്ക് മുൻപ് വീനസും!, വക്കീല് പെട്ടെന്നത് ഓർത്തു. സംഭവിച്ചത് സത്യമാണോ എന്ന് ശങ്ക തോന്നി, എഴുന്നേറ്റ് പിന്നാലെ ചെന്ന് നോക്കണമെന്ന് തോന്നി, ഡെസ്ക്കിൽ കൈയ്യൂന്നി എഴുന്നേൽക്കാൻ ശ്രമം നടത്തി, പക്ഷേ അപ്പോഴേക്കും നെഞ്ചിന്റെ ഇടത് ഭാഗത്ത് വല്ലാണ്ട് കനം തൂങ്ങി, ആയാസപ്പെട്ട് ഒരു കീഴ്ശ്വായു പുറപ്പെടുവിച്ച് വക്കീല് മുന്നിലെ ഡെസ്ക്കിലേക്ക് മുഖമമർത്തി.

രാത്രി ഒൻപത് മണി കഴിഞ്ഞാണ് ബീനക്ക് ആ കോൾ വന്നത്, രാവിലെ ആദ്യത്തെ കേസ്സായി തന്നെ പോസ്റ്റ്മാർട്ടത്തിനുള്ള നിർദ്ദേശം നൽകി, ഡോക്ടർ ബീന ക്വാർട്ടേഴ്സിന്റെ ബാൽക്കണിയിലേക്ക് ചെന്നിരുന്നു. സെൽഫോൺ സൈലന്റ് മോഡിലാക്കി, ടീപ്പോയിലേക്ക് കാലുയർത്തിവെച്ച് ഒന്ന് കണ്ണടച്ചു . നാല്പത് കൊല്ലങ്ങൾ മുൻപത്തെ ആ വൈകുന്നേരം ആളുകളുടെ ആർപ്പൊച്ചയുടെ അകമ്പടിയോടെ അപ്പോൾ തെളിഞ്ഞു വന്നു; ചേർത്തല പള്ളിപ്പുറത്ത് കൊടുത്തിരുന്ന അമ്മച്ചീടെ ഇളയ അനിയത്തി മോളിയാന്റീടെ ഇടവക പള്ളീല്, ആഗസ്റ്റ് 15ന്റെ പെരുന്നാള് കൂടി വൈകിട്ട് തിരികെ ഓച്ചുത്തുരുത്തിന് പോരാനായി എം.ജി റോഡില് ബസ്സിറങ്ങി ബോട്ട് ജെട്ടിയിലേക്ക് തിടുക്കംവെച്ച് നടന്നവരുടെ കൂട്ടത്തീന്ന് താൻ മാത്രം കുറച്ച് പിന്നാക്കമായതെങ്ങനെയെന്ന് ഡോക്ടർക്ക് ഓർത്തെടുക്കാൻ പറ്റുന്നില്ലാ. ഏതായാലും സുഭാഷ് പാർക്ക് കഴിഞ്ഞ് ബോട്ട് ജെട്ടിയിലേക്ക് വഴി പിരിയുന്ന നേരത്ത് താൻ ഒറ്റക്കായിരുന്നുവെന്ന് ഉറപ്പാണ്. അപ്പോഴാണ് വടക്കുന്ന് ഒരു ചെറിയ വളവ് തിരിഞ്ഞ് ആ കാഴ്ച ബീനാമ്മയുടെ മുന്നിലേക്ക് പ്രത്യക്ഷപ്പെടുന്നത്, ഉടുതുണിയേതുമില്ലാതെ നാല് ആൺ ശരീരങ്ങൾ! ഒറ്റ കാഴ്ചയെ ഉണ്ടായുള്ളു, പെട്ടെന്നടഞ്ഞ് പോയ പോളകൾ തുറന്ന് ബീനാമ്മ രണ്ടാമത് നോക്കുമ്പളേക്കും ഒരാൾ ഒറ്റക്ക് മുന്നിലും ബാക്കി മൂന്ന് പേർ പിന്നിലുമായി ആ കാഴ്ച അവളെ കടന്ന് പോയിരുന്നു. പിന്തിരിഞ്ഞ് അവരെ നോക്കണതിന് പകരം ആ നേരം തന്നെ മറ്റാരെങ്കിലും കണ്ടുവോ എന്ന് ചുറ്റുപാടുമാണ് ബീനാമ്മ നോക്കിയത്. ആരുമില്ലാ, കുറച്ച് ദൂരം മുന്നിലായി ബോട്ടിനു നേരമായിട്ടും കുണുങ്ങി നടക്കണ

പെണ്ണിനെ ചീത്ത വിളിച്ചോണ്ട് ചാച്ചൻ നിൽപ്പുണ്ട്. തിടുക്കത്തിൽ മുന്നോട്ട് നടക്കുന്നതിനിടയിൽ പിറകിൽ കൂക്കി വിളിച്ച് ഓടുന്ന മനുഷ്യരുടെ ഒച്ച ബീനാമ്മ കേട്ടു.

പതിനാറാമത്തെ വയസ്സിലാണ് ബീനാമ്മ ആ കാഴ്ച കാണുന്നത്, അതിനും മുന്നേയുള്ള തന്റെ ജീവിതം ദൈവ വിചാരവും, പ്രാർത്ഥനകളും, ഭയവും കൂടിക്കുഴഞ്ഞ ഒറ്റ റീലായെ ഡോക്ടർക്ക് ഓർമ്മിക്കാൻ സാധിച്ചിരുന്നുള്ളൂ. എത്ര ശ്രമിച്ചിട്ടും, ആ ദർശനനേരത്ത് എന്താണ് തന്നിലനുഭവപ്പെട്ടതെന്ന് ബീനാമ്മക്ക് തിരിച്ചറിയാനുമൊത്തില്ല. സങ്കോചമോ,പേടിയോ? അതോ ആ നേരം മനസ്സ് ശൂന്യമായിരുന്നോ എന്നൊന്നും തിട്ടവുമില്ല. സംഭവം ദൈവത്തിന്റെ പരീക്ഷണമാണെന്ന് ബീനാമ്മക്ക് ഉറപ്പായിരുന്നു, അതു കൊണ്ട് തന്നെ മറ്റാരോടും അതേ പറ്റി മിണ്ടിയതേയില്ല. പ്രാർത്ഥനയിലേക്ക് കൂടുതൽ കൂടുതൽ മുഴുകുകയായിരുന്നു പരീക്ഷണസന്ധികളിൽ മുന്നിലുള്ള മാർഗ്ഗം. പറയാവുന്നത് കർത്താവിനോടാണെന്നിരിക്കിലും കുമ്പസാര വേളകളിലൊന്നും അരുതാത്തത് കണ്ടവളാണ് താനെന്ന് തുറന്ന് പറയാൻ ബീനാമ്മ ധൈര്യപ്പെട്ടില്ല. കൊല്ലങ്ങൾക്ക് ശേഷം, ആലപ്പുഴ ടി.ഡി.മെഡിക്കൽ കോളേജിലെ ഒന്നാം വർഷ എം.ബി.ബി.എസ് ക്ലാസില് ഹ്യൂമൻ അനാട്ടമി വിശദീകരിക്കുന്ന ഏതോ ലക്ച്ചറിനിടയിൽ ബോർഡിൽ വരച്ചിട്ടിരുന്ന അപൂർവ്വപ്രഭയുള്ള പുരുഷ രൂപത്തിൽ നിന്നാണ് ബീനാമ്മക്ക് തിരിച്ചറിവിന്റെ വഴി തെളിഞ്ഞ് കിട്ടുന്നത്. സ്വർണ്ണ വെളിച്ചം പൂണ്ട് തനിക്ക് മുന്നിലന്ന് പ്രത്യക്ഷപ്പെട്ടത് വെറും മനുഷ്യരൂപങ്ങളല്ലാ, മറയേതുമില്ലാത്ത പ്രപഞ്ച സത്യങ്ങളായിരുന്നെന്ന് ബീനാമ്മക്ക് ഉൾവിളിയുണ്ടായി. ആ നാൽവരേയും അന്നങ്ങനെ ഒറ്റ നിരയിൽ കണ്ട ഏക വ്യക്തി താൻ മാത്രമായിരുന്നുവെന്നത് ബീനാമ്മക്ക് ഉറപ്പായിരുന്നു. അപ്പോൾ ആ കാഴ്ച തനിക്ക് മാത്രമുണ്ടായതാണ്, താൻ അതിനായി തെരഞ്ഞെടുക്കപ്പെടുക ആയിരുന്നുവെന്ന് ബീനാമ്മക്ക് ബോധ്യമായി. ബ്ലാക്ക്ബോർഡിൽ വരച്ചിരുന്ന പുരുഷരൂപത്തെ അതേപടി ഒരു ട്രേസിംഗ് പേപ്പറിലേക്ക് പകർത്തി ബീനാമ്മ കൈയ്യിൽ സൂക്ഷിച്ചു, സ്വകാര്യതയിൽ, ഇരുളിൽ മെഴുകുതിരിവെട്ടത്തിൽ ആ രൂപത്തെ നോക്കി മുട്ടുകുത്തുമ്പോഴെല്ലാം, പാർക്ക് അവന്യൂ റോഡിന്റെ വിജനതയിലൂടെ ഒഴുകി വരുന്ന ആൺ രൂപങ്ങളെ ബീനാമ്മ അകമേ ദർശിച്ചു. അതോടെ സമ്പ്രദായ പ്രാർത്ഥനകളിൽ ബീനക്ക് വിശ്വാസം നശിച്ചു, സ്വകാര്യാരാധനയിൽ മുഴുകിയ അവളിൽ, 'തെരഞ്ഞെടുക്കപ്പെട്ടവൾ'

എന്ന ആത്മബോധം ദൃഢമായി, അതവളെ വിജയങ്ങളിലേക്ക് മാത്രം നയിച്ചു.

പഠനവും ഹൌസ് സർജ്ജൻസിയും പൂർത്തിയാക്കി അനായാസം ഗവണ്മെന്റ് സർവ്വീസിൽ പ്രവേശിച്ച് അല്പ കാലം കഴിഞ്ഞാണ് തനിക്ക് മുന്നിലന്ന് പ്രത്യക്ഷപ്പെട്ട നാല് ആണുങ്ങളെ കുറിച്ചുള്ള വിചാരം ബീനയെ മദിച്ചു തുടങ്ങിയത്. അവരെ കുറിച്ചൊരു സൂച നയെങ്കിലും തരാൻ കഴിയുന്നവരെ പരതി ഒരുപാട് മെനക്കെട്ടു. അപ്പോഴേക്കും 74 ആഗസ്റ്റ് 15ലെ ആ സംഭവം പറഞ്ഞും, കേട്ടും, പലവിധ ഭാവനകളിലൂടെ വളർന്നും, പകർന്നും ഒരു മിത്തായി മാറിയിരുന്നു. പിന്നീട് പലകുറി "ദാ വരുന്നൂ" എന്ന മട്ടിൽ ലോ വിദ്യാർത്ഥികളുടെ നഗ്ന ഓട്ടത്തെ കുറിച്ചുള്ള ഊഹാപോഹങ്ങൾ കൊച്ചി നഗരത്തെ ഉദ്വേഗത്തിലാഴ്ത്തി പ്രചരിച്ചെങ്കിലും അതിന് ആവർത്തനങ്ങളുണ്ടായില്ലാ. പിൽക്കാലം രാഷ്ട്രീയത്തിലും സിനിമ യിലുമൊക്കെ പ്രശസ്തരായി തീർന്ന സമകാലികരിൽ പലരുടെയും പേരിൽ പ്രസ്തുത സാഹസത്തിന്റെ കർതൃത്ത്വം ചാർത്തപ്പെട്ടുകയുമു ണ്ടായി. കഥകൾ ഉണ്ടാക്കുന്നവർക്കും ഉണ്ണുന്നവർക്കും അത് മതി യാകുമായിരുന്നു, പക്ഷേ തനിക്ക് മാത്രമായി അരങ്ങേറ്റപ്പെട്ടതെന്ന് ഉറച്ച ബോധ്യമുള്ള ആ ദിവ്യദർശനത്തിലെ നാൽവരെ ബീനാമ്മക്ക് കണ്ടെത്തിയെ മതിയാവുമായിരുന്നൊള്ളൂ. ആ നിശ്ചയദാർഢ്യമാണ് ഒരു ഉച്ച നേരത്ത് തോപ്പുംപടി പാരീസ് ജംഗ്ഷനിലെ 'ശാലോം' സ്റ്റുഡിയോയുടെ ഡാർക്ക് റൂമിൽ ബീനയെ കൊണ്ടു ചെന്നെത്തിച്ചത്. അനുമതി ചോദ്യമൊന്നും കൂടാതെ കയറി വന്ന് 'ഡോ: ബീന' എന്ന് സ്വയം പരിചയപ്പെടുത്തിയ അപരിചിതയുടെ പൊടുന്നനെയുള്ള വിവാഹാഭ്യർത്ഥന കേട്ട സ്റ്റുഡിയോ ഉടമ ജോർജ്ജ് പകച്ച് പോയി. ഡാർക്ക് റൂമിനു വെളിയിലിറങ്ങി വാൾഫാനിന്റെ ചുവട്ടിലേക് നീങ്ങി കഷണ്ടിയിൽ കാറ്റ് കൊള്ളിച്ച് നിന്ന ജോർജ്ജിനോട്, "ഒരുപാട് ആലോചനയൊന്നും വേണ്ട, ഒരേ സത്യത്തിന്റെ മുന്നും പിന്നും കണ്ടവരാ നമ്മള്?" എന്നായി ഡോക്ടർ.

അമ്പരപ്പും ആശങ്കകളും ദൂരീകരിക്കും മുന്നേ തന്നെ മൂന്നാം മാസം ജോർജ്ജിന് ബീനയെ വിവാഹം ചെയ്യേണ്ടി വന്നെന്നതാണ് സത്യം. ബീനയുടെ പൊടുന്നനെയുള്ള കടന്നുവരവിലും അതിന് കാരണമായി അവർ സൂചിപ്പിച്ച, തനിക്ക് പിടി കിട്ടാത്ത, പൂർവ്വ നിശ്ചയ കഥയുമിരിക്കേ തന്നെ ഇങ്ങോട്ട് വന്ന ബന്ധത്തെ തിര സ്ക്കരിക്കത്തക്ക യാതൊരു ന്യായവും ജോർജ്ജിന് കണ്ടെത്താനും

കഴിഞ്ഞില്ല. ഇരുവർക്കും ഒരു പോലെ ഉണ്ടായ 'സത്യ ദർശനം' ഏതെന്ന് ചോദിക്കാൻ ജോർജ്ജ് പലപ്പോഴും തുനിഞ്ഞപ്പോഴാക ട്ടെ ബീന അത് മുളയിലെ നുള്ളി. താമസിയാതെ ഒരു രാത്രിയിൽ ആമുഖമേതും കൂടാതെ ബീന തന്റെ ആഗ്രഹം ജോർജ്ജിനെ അറിയിച്ചു. സ്വീകരണ മുറിയേയും തീന്മേശയേയും തമ്മിൽ മറച്ച് കിടന്ന മെറൂൺ കർട്ടൻ നീക്കി ജോർജ്ജിന്റെ നഗ്ന ശരീരം മുറിയിലെ മഞ്ഞ വെളിച്ചത്തിലേക്ക് വന്ന് നിന്നു, ഒന്ന് സന്ദേഹിച്ച ശേഷം മുന്നോട്ട് ചെറിയ ചുവടുകൾ വെച്ചു. രോമാവൃതവും ബലിഷ്ഠവു മായ ആ നഗ്ന ശരീരം തന്നിലേക്ക് നടന്നടുക്കുന്നത് കിടപ്പറയിലെ കസേരയിൽ കാൽ മുട്ട് കുത്തി നിന്ന് ബീന ദർശിച്ചു. ആദ്യത്തേതി ന്റെ സങ്കോചത്തിൽ അറച്ചറച്ച് ചുവടുകൾ വെയ്ക്കും നേരം ജോർജ്ജ് ബീനയുടെ കണ്ണുകളിലേക്ക് നോക്കി, തന്റെ ചെറിയ ബുദ്ധിക്ക് ഗ്രഹിക്കാനാവത്തതെന്തോ അവയിൽ കണ്ട ജോർജ്ജിന് പിന്നീ ടൊരിക്കലും വിസ്സമതം തോന്നിയില്ല. ബീന ആഗ്രഹിച്ചപ്പോഴെല്ലാം ജോർജ്ജിന്റെ നഗ്ന രൂപം അവളുടെ മുന്നിൽ നിസ്സങ്കോചം പ്രത്യ ക്ഷമായി.

വൈകാതെ തന്റെ സത്യദർശനാനുഭവം ബീന ജോർജ്ജിനെ അറിയിച്ചു, വർഷങ്ങൾക്ക് മുൻപ് ഒരു ആഗസ്റ്റ് 15നുച്ചക്ക് തന്നെ അന്വേഷിച്ച് വന്ന പത്രറിപ്പോർട്ടർ ഏല്പിച്ച ദൌത്യം ജോർജ്ജ് ഓർമ്മിച്ചെടുത്തു. സംഭവിക്കാൻ പോണതെന്താണെന്ന യാതൊരു ധാരണയുമില്ലാതെയാണ് തനിക്ക് നൂറ്റമ്പത് മീറ്റർ മുന്നിലായി പാർക്ക് ചെയ്തിരുന്ന ആ പച്ച ഫിയറ്റ് കാറിന്റെ ഡോർ തുറക്കുന്നതും കാത്ത് ക്യാമറ തയ്യാറാക്കി ബ്രോഡ് വേയിൽ ജോർജ്ജന്ന് നിന്നത്. പിറന്ന പടിയുള്ള മൂന്ന് നാല് രൂപങ്ങൾ ഇറങ്ങി വരുന്നത് കണ്ട്, ആകെയൊരു തരിപ്പാണ് തോന്നിയത്, അവര് മുന്നോട്ടോടുന്നതും കാഴ്ചക്കാര് ഒച്ച വെയ്ക്കുന്നതും കേട്ടപ്പോൾ സ്ഥലകാല ബോധം വീണ്ടു കിട്ടിയ ജോർജ്ജ് വേഗത്തിൽ ക്യാമറ ക്ലിക്ക് ചെയ്തു, അപ്പോഴേക്കും അയാളെ തട്ടി മറിച്ച് ആൾക്കൂട്ടം പിന്നാലെ പാഞ്ഞ് തുടങ്ങിയിരുന്നു. കിട്ടിയ ഒരേയൊരു സ്നാപ്പം കൊണ്ട് തിരികെ സ്റ്റുഡിയോയിലെ ത്തുമ്പോൾ ജോർജ്ജിനെ കാത്ത് പത്ര റിപ്പോർട്ടർ നില്പുണ്ടയിരുന്നു. പടം വാഷ് ചെയ്ത് വാങ്ങി പണവുമേല്പിച്ച് അന്ന് പിരിഞ്ഞ ആ റിപ്പോർട്ടറെ തേടി വർഷങ്ങൾക്ക് ശേഷം ജോർജ്ജ് ബീനാമ്മയേ യും കൂട്ടി ആദ്യം കുന്നംപുറത്തെ അയാളുടെ വീട്ടിലും തുടർന്ന് കലൂരെ പത്രാപ്പീസിലും ചെന്നു.

ആരൊക്കെ ആയിരുന്ന ആ നാലുപേരെന്ന് പൂർണ്ണമായും തിട്ടമുണ്ടായിരുന്നില്ലെങ്കിലും കൂട്ടത്തിൽ തനിക്ക് സൌഹൃദമുണ്ടായിരുന്ന ചുള്ളിക്കലെ മറൈൻ ഫുഡ് എക്സ്പോർട്ടിങ് കമ്പനിയുടമയുടെ പേര് മാത്രമദ്ദേഹം വെളിപ്പെടുത്തി. നാട്ടിലെ പല പ്രമുഖരുടെയും പേര് ചേർത്ത് താൻ തന്നെ പലകുറി കേട്ട സംഭവത്തിലെ സത്യം തിരഞ്ഞെത്തിയ വനിതാഡോക്ടർ, ചാർലിക്ക് ഒരു കൌതുകമായി. ബീനയുടെ വിശദീകരണത്തിലെ സത്യ ദർശനവും, ദിവ്യാനുഭവവുമൊന്നും മുഖവിലക്കെടുത്തില്ലെങ്കിലും അന്ന് സംഭവിച്ച കാര്യങ്ങൾ ചാർലി സവിസ്തരം അവർക്ക് മുന്നിലവതരിപ്പിച്ചു. കേട്ടിരിക്കുന്നതിനിടെ ചാർലിയെ തന്നെ ഉറ്റ് നോക്കിയ ബീനയുടെ കണ്ണുകൾ പാർക്ക് അവന്യൂ റോഡിലൂടെ ഓടിവരുന്ന നാൽവരിൽ പടിഞ്ഞാറന്ന് രണ്ടാമതായി കണ്ട കിളരം കൂടിയ ഉടലിനെ തിരിച്ചറിഞ്ഞു, ബീനയുടെ മുഖഭാവത്തിലും പിന്നീടുണ്ടായ പെരുമാറ്റത്തിലും പ്രകടമായ അസാധരണത്വം പക്ഷേ ചാർലിയെ അസ്വസ്ഥനാക്കി. വേഗത്തിൽ ആ കൂടികാഴ്ച അവസാനിപ്പിച്ച് പിന്നീടൊരിക്കലും ഡോക്ടർക്ക് മുഖം കൊടുക്കാതിരിക്കാൻ ചാർലി ശ്രദ്ധിച്ചു.

അസാധാരണത്വങ്ങൾ ഒരുപാടുണ്ടായിരുന്നെങ്കിലും ബീനയുമായുള്ള സഹജീവിതം ജോർജ്ജിന് നൽകിയത് മുമ്പെങ്ങുമുണ്ടായിട്ടില്ലാത്ത ശാന്തതയും സുരക്ഷിതത്വവുമായിരുന്നു. കാലാകാലം ബീനയെ തേടി വന്ന സ്ഥലമാറ്റങ്ങൾക്കൊപ്പിച്ച് പുതിയ വസതികൾ തേടിപിടിക്കുന്നനേരം നീണ്ട ഹാളും അതിനോട് ചേർന്നൊരു കിടപ്പുമുറിയുമുള്ള വീടുകളും ക്വാർട്ടേഴ്സുകളും തരപ്പെടുത്താൻ ജോർജ്ജ് പ്രത്യേകം ശ്രദ്ധവെച്ചു. പൂർണ്ണ നഗ്നനായി ചെറിയ ചുവടുകൾ വെച്ച് മുറിയിലെ മഞ്ഞ വെളിച്ചത്തിൽ ബീനയുടെ അടുത്തേക്ക് നീങ്ങുന്ന സമയം തനിക്കേറ്റവും പ്രിയമുള്ള ജീവനു വേണ്ടി ഏതോ അതീന്ദ്രീയാരാധന നിറവേറ്റുന്ന വൈദികനാണ് താനെന്ന് ജോർജ്ജിന് സ്വയം തോന്നി. തന്റെ അരക്കെട്ടിൽ ചുറ്റിപിടിച്ച് ബീന നിശ്ശബ്ദം കണ്ണിരൊഴുക്കുന്ന ദീർഘനേരമത്രയും ശൂന്യമായ മന സ്സോടെ ആ തല തഴുകുക മാത്രമാണ് അയാൾ ചെയ്യാറ്. ബീനയുടെ അസാമാന്യ കാര്യശേഷിക്കും, അചഞ്ചലതക്കുമെല്ലാം ആധാരം ഈ ആരാധനകളാണെന്ന തിരിച്ചറിവ് ജോർജ്ജിനുണ്ടായിരുന്നു. അങ്ങനെയൊരാരാധനയുടെ ഒടുവിലാണ് ഒരു കുഞ്ഞെന്ന ആശയം ബീന ജോർജ്ജിന് മുന്നിൽ വെച്ചത്, പതിവ് പോലെ അത് സംബന്ധിച്ചും യാതൊരു മുൻധാരണയുമില്ലാതിരുന്ന

ജോർജ്ജ് ബീനയുടെ നഗ്നാരാധനകൾക്ക് കാർമ്മികനാകാറുള്ള അതേ നിർമ്മമബുദ്ധിയോടെ ആ കർമ്മവും നിറവേറ്റി. മാസങ്ങൾ കഴിഞ്ഞ്, ഡിപ്പാർട്ട്മെന്റിൽ നിന്നും ലോംഗ് ലീവിനുള്ള അപേക്ഷ പാസ്സായി വന്ന രാത്രിയിലാണ്, ഫോറൻസിക്ക് സയൻസിൽ എം.ഡി.ക്ക് ചേരാനുള്ള തന്റെ തീരുമാനം ബീന ജോർജ്ജിനെ പൊടുന്നനെ അറിയിക്കുന്നത്. അപ്പോഴേക്കും ഗർഭം അലസിപ്പിക്കാനും, പഠനത്തിനായി കോഴിക്കോടിന് പോകാനുമുള്ള തീരുമാനം ബീന സ്വയമെടുത്ത് കഴിഞ്ഞിരുന്നു. ഗർഭിണിയായതിൽ പിന്നെ ബീനയിൽ രൂപംകൊണ്ട പ്രകൃതഭേദങ്ങളെ അറിഞ്ഞ ജോർജ്ജ് ഏത് അപ്രതീക്ഷിതത്വത്തെയും അമർഷമോ വേദനയോ കൂടാതെ സ്വീകരിക്കാൻ മനസ്സിനെ കാലേക്കൂട്ടി പാകപ്പെടുത്തിയിരുന്നു. ബീന പോയതോടെ അയാളുടെ ലോകം പഴയത് പോലെ വീണ്ടും ശാലോം സ്റ്റുഡിയോയിലേക്ക് ഒതുങ്ങി.

എംഡി പൂർത്തിയാക്കി തിരികെ സർവ്വീസിൽ ബീനയെ അനുഗമിക്കേണ്ടാ എന്ന തീരുമാനം ജോർജ്ജ് സ്വയമെടുക്കുകയായിരുന്നു. ആ ദാമ്പത്യത്തിനിടയിൽ ആദ്യമായും അവസാനമായും ജോർജ്ജ് മുൻപിട്ടിറങ്ങി ഒരു തീരുമാനമെടുത്തതും അത് മാത്രമായിരുന്നിരിക്കാം, ബീനയുടെ സ്വകാര്യതയിലും ആരാധനയിലുമൊക്കെ തന്റെ കാർമ്മികത്വം ഇനിയൊരധികപറ്റാകുമെന്ന് ശരിയാംവണ്ണം തന്നെ ജോർജ്ജ് ഊഹിച്ചു.പിന്നീട് സർക്കാർ ആശുപത്രികളിലെ നാറുന്ന മോർച്ചറികളായി ബീനയുടെ ആരാധനപൂരകൾ, പോസ്റ്റ്മോർട്ടം ടേബിളുകളിൽ പൂർണ്ണ നഗ്നതയിൽ നിശ്ചലം കിടക്കുന്ന ശരീരങ്ങളിൽ മരണമൊളിപ്പിച്ചുവെയ്ക്കുന്ന നിഗൂഢതകളെ ചെറു ലാഞ്ചനകളിൽ നിന്നും ചികഞ്ഞെടുക്കുന്ന ജോലി ധ്യാനപൂർവ്വം അവർ നിറവേറ്റും, മരണകാരണത്തിന് തീർപ്പ് കുറിക്കുന്ന ഔദ്യോഗിക കൃത്യത്തിനു ശേഷം, ശരീരങ്ങളെ മാത്രം ഉറ്റവർക്ക് കൈമാറിയുള്ള ജീവന്റെ മരണാനന്തരയാനത്തിനും ധ്യാനാവസ്ഥയിൽ ബീന സാക്ഷിയാകും. അവർക്ക് മാത്രം അറിയുന്ന ഒടുവിലത്തെ ആ രഹസ്യം തനിക്ക് കൈമാറി നിത്യതയിലേക്ക് നഗ്നരായി നീങ്ങുന്ന മൃതരോരോരുത്തരേയും അവന്യൂ റോഡിന്റെ സൌവർണ്ണ വിജനതയിലൂടെ സ്വർഗ്ഗ വാതിലോളം ബീനയുടെ മനസ്സ് അനുധാവനം ചെയ്യും. തനിക്ക് മാത്രം വെളിപ്പെട്ടതെന്ന് ബോധ്യമുള്ള യാത്രകൾക്ക് കാർമ്മികത്വം വഹിച്ച്, ഈ ഭൂമിയിൽ മറ്റാരെക്കാളും ചരിതാർത്ഥയായി, ഒഴിഞ്ഞ മനസ്സുമായി ബീന സുഖമായി ഉറങ്ങി.

എറണാകുളം ജനറൽ ഹോസ്പിറ്റലിൽ ഫോറൻസിക്ക് സർജ്ജനായി ജോലി ചെയ്യുന്ന കാലം ഒരു വെളുപ്പാൻ രാവിലെ ബീനയുണർന്നത് നിറുത്താതടിച്ച ലാൻഡ് ഫോൺ ബെൽ കേട്ടാണ്. ഡി.എം.ഓ യാണ് മറുതലക്കൽ, വേളാങ്കണിക്ക് പോയി മടങ്ങിയ കൊച്ചിയിൽ നിന്നുള്ള സംഘം മധുര-കൊച്ചി ഹൈവേയിൽ അപകടത്തിൽപെട്ട് നാല് പേർ മരണപ്പെട്ടതും, കഴിവതും വേഗം പോസ്റ്റമാർട്ടം പൂർത്തിയാക്കി ബോഡികൾ വിട്ടുകൊടുക്കണമെന്നുമുള്ള അഭ്യർത്ഥനയാണ് അദ്ദേഹത്തിനുണ്ടായിരുന്നത്. മരിച്ചത് പിടിപാടുള്ള കൂട്ടരാണ്, നടപടികൾ വേഗത്തിൽ തീർക്കാനായി സമീപ ജില്ലയിൽ നിന്നും മറ്റൊരു സർജ്ജനെയും സ്ഥലത്തെത്തിച്ചിട്ടുണ്ട്. മോർച്ചറിയിലെത്തിയപ്പോൾ തന്നെ എല്ലാ ഏർപ്പാടുകളും പൂർത്തികരിച്ച് ബീനയെ കാത്ത് ഒരു മൃതശരീരം അവിടെ തയ്യാറായി കിടന്നിരുന്നു. മോർച്ചറിയിലെ വെളുത്ത ഇരുമ്പ് കട്ടിലിൽ കിടത്തിയിരുന്ന വെളുത്ത് മെല്ലിച്ച വയറുന്തിയ ആ ശരീരത്തിന്റെ ഹൃദയഭാഗം ഇടിയുടെ ആഘാതത്തിൽ ഞെരിഞ്ഞമർന്നിരുന്നു. കാരണനിർണ്ണയത്തിന് വേണ്ടുന്ന സൂചനകളൊക്കെയും ആ ശരീരത്തിൽ നിന്നും വേഗത്തിൽ കണ്ടെടുത്ത് തിട്ടപ്പെടുത്തിയ ശേഷം ബീന അതിസൂക്ഷ്മം ശ്വാസകോശം തുളച്ച് കയറിയ വാരിയെല്ലുകൾ ഓരോന്നോരോന്നായി വിടർത്തിയെടുത്ത്, നെഞ്ചിൻ കൂട് തുന്നിചേർത്ത് പൂർവ്വ സ്ഥിയിയിലാക്കുന്നതിൽ വ്യാപൃതയായി. തലയോട് തുറന്നുള്ള പരിശോനക്ക് ശേഷം കോടിപോയിരുന്ന മുഖം, തന്റെ മനസ്സിൽ മുൻപെ പതിഞ്ഞിരുന്ന ചാർലിയുടെ മുഖമാക്കുവാൻ ഡോക്ടർ നന്നേ യത്നിച്ചു! സഹായികളെ പുറത്തേക്ക് പറഞ്ഞയച്ച് ഡോക്ടർ ബീന ചാർലിയുടെ ശരീരത്തിന്റെ കാൽക്കൽ കണ്ണടച്ച് നിന്നു. പാർക്ക് അവന്യൂ റോഡിലെ മഞ്ഞവെയിൽ പുഴ വകഞ്ഞ് നടന്നകന്ന ആ നഗ്നരൂപത്തിനകമ്പടിയായി നാട്ടുകാരുടെ ആർപ്പും കൂക്കും പശ്ചാത്തലത്തിൽ കേട്ടു. പതിവിലേറെ പരിക്ഷീണമായ മനസ്സന്ന് ഒരാശ്രയത്തിന് വെമ്പുന്നത് മനസിലാക്കി ചാർലിയുടെ മൃതദേഹം കയറ്റിയ ആമ്പുലൻസിനെ മറികടന്ന് ബീനയുടെ കാർ ശാലോം സ്റ്റുഡിയോയിലേക്ക് നീങ്ങി.

സീനിയർ സർജ്ജൻ എന്ന നിലക്ക് പേരെടുത്ത ബീനയുടെ മുന്നിലേക്ക് അതിനോടകം പ്രമാദമായ പല കേസ്സുകളും കടന്നു വരികയും കൃതഹസ്തതയോടെ അതൊക്കെയും അവർ ചെയ്യുകയുമുണ്ടായെങ്കിലും, പോകെ പോകെ മൃതദേഹങ്ങളൊത്തുള്ള വ്യാപരങ്ങളിൽ മുന്നേ

പോലുള്ള ഏകാഗ്രതയും, ആത്മീയ ആയവും ബീനക്ക് കിട്ടാതെ യായി. ചാർലിയുടെ മരണ ശേഷം വന്ന മറ്റൊരു മരണവും അവന്യൂ റോഡിലൂടെയുള്ള അന്ത്യയാത്രയോളം തന്നെ കൂടെ കൂട്ടുന്നതായി അവർക്ക് തോന്നിയില്ല. അതോടെ പ്രവർത്തികളിൽ വല്ലാത്തൊരു മരപ്പ് ബീനയെ ബാധിച്ചു തുടങ്ങി, പരിശീലനം നേടിയ ഏത് ബുദ്ധിക്കും അയത്നം ചെന്നുചേരാവുന്ന കാരണസൂചനകളെ ശരീര ങ്ങളിലൊളിപ്പിക്കുന്ന മരണത്തിന്റെ നിസ്സാര കേളികളോട് ബീനക്ക് പുച്ഛമായി. മോർച്ചറിയുടെ മഞ്ഞവെളിച്ചത്തിൽ ഒരോ മരണത്തെ യുംസമീപിക്കുന്ന നേരം അതീന്ദ്രിയതയുടെ സ്ഫുലിംഗങ്ങളെ ബീന അതിൽ പ്രതീക്ഷിക്കും, യാതൊന്നും സംഭവിക്കാതെ തികഞ്ഞ ഔപചാരികതകളിൽ കാര്യങ്ങളൊട്ടുങ്ങുന്ന നേരം അവരിൽ അസ്വസ്ഥതകൾ വിങ്ങും, ഏതാനും മണിക്കൂറുകളുടെ ഉറക്കത്തിനു വേണ്ടിപോലും മരുന്നുകളെ ആശ്രയിക്കേണ്ടി വരും.

ആയിടെയാണ് ആലപ്പുഴയിൽ താൻ സീനിയർ സർജ്ജനായി രിക്കെ അറ്റൻഡ് ചെയ്ത ഒരു മരണത്തെ കുറിച്ചുള്ള സംശയനിവൃത്തി ക്കായി തിരുവനന്തപുരത്ത് നിന്നും ഒരഭിഭാഷകൻ ബീനയെ തേടി വരുന്നത്. സൈനയ്ഡ് ഉള്ളിൽ ചെന്ന് മരിച്ച ഒരു ജ്വല്ലറി ഉടമയുടെ പോസ്റ്റ്മാർട്ടം നിർവ്വഹിച്ചതും, അയാളുടെ നീലിച്ച ചുണ്ടത്ത് മരണ രഹസ്യം ചിരിയായി വരച്ചിട്ടിരുന്നതും ബീനക്ക് നല്ല ഓർമ്മയുമുണ്ട്. എന്നാൽ തന്നെ വന്ന് കണ്ട അഡ്വക്കറ്റ് വീനസ്, മരിച്ച മഹാദേവ ന്റെ സഹപാഠി ആയിരുന്നുവെന്ന വെളിപ്പെടുത്തിയപ്പോളാണ് താൻ നഷ്ടപ്പെടുത്തിയ അവസരത്തെ കുറിച്ചോർത്ത് ബീന നടുങ്ങിയത്. ആത്മഹത്യയെന്ന് താനുറപ്പിച്ച ആ മരണത്തിന്റെ ചുണ്ടത്ത് അന്ന് കണ്ടത് തനിക്ക് പിടി തരാതെ കുതറിക്കടന്ന് പോകുന്നതിലെ കുസൃതിചിരിയായിരുന്നുവെന്ന തിരിച്ചറിവിൽ തന്റെ തീർപ്പുകളി ലാകെ ബീനക്ക് സംശയങ്ങളായി. അപ്പോഴും ആദ്യം മഹാദേവൻ, പിന്നീട് ചാർലി, ഇപ്പോൾ വീനസ് എന്ന നിലയിൽ ആ നാൽവരും തന്നിലേക്കെത്തുന്നതിലെ നിയോഗ നിശ്ചയം ബീനയെ ആവേശം കൊള്ളിച്ചു.

വീനസിന്റെ കാര്യത്തിൽ, ആദ്യ കൂടികാഴ്ചയിൽ തന്നെ അയാളിൽ മരണത്തിന്റെ സാമീപ്യം ബീനക്ക് അനുഭവപ്പെട്ടിരുന്നു. മഹാദേവൻ കേസ്സിന്റെ വിസ്താര കാലത്ത് പലകുറി ഉണ്ടായ ഇടപെ ടലുകളിൽ നിന്നും വീനസ്സിന്റെ സീറോസിസ്സ് രോഗത്തെ കുറിച്ച് മനസിലാക്കിയ ബീന തിരുവനന്തപുരത്തേക്ക് സ്ഥലം മാറ്റം വാങ്ങി

അവധാനപൂർവ്വം കാത്തിരുന്നു. ആന്തരിക രക്തസ്രാവത്തെ തുടർന്ന് കവടിയാറിലെ ഫ്ലാറ്റിൽ മരിച്ച നിലയിൽ മണിക്കൂറുകൾക്ക് ശേഷം കണ്ടെത്തിയ മൃതദേഹത്തെ മെഡിക്കൽ കോളേജ് മോർച്ചറിയിൽ പോസ്റ്റ്മാർട്ടം ചെയ്ത ശേഷം ബീന കണ്ണുകളടച്ച് നിന്നു. പാർക്ക് അവന്യൂ റോഡിലെ വൈകുന്നേരത്തിലൂടെ വീർത്ത വയറുമായി നടന്ന് നീങ്ങിയ നഗ്നനായ വീനസ്സിന്റെ യാത്രയെ അങ്ങെത്തു വോളം അനുഗമിക്കാൻ പക്ഷേ ബീനയെ മനസ്സനുവദിച്ചില്ല. ഒരു വൈകുന്നേരത്തിന്റെ വെയിൽ വെളിച്ചത്തെ മുഴുവനും ഉടലിൽ മിന്നിച്ച് ചെറുപ്പത്തിന്റെ ചൊടിയിൽ ഒഴുകി വന്ന നാല് ശരീരങ്ങ ളിലൊന്ന് ആ നിലയിൽ മണ്ടുന്നത് കണ്ട് നിൽക്കാൻ ബീനക്ക് കഴിഞ്ഞില്ല.

വീനസ്സും കടന്ന് പോയി കഴിഞ്ഞാണ് ബീനയുടെ വിചാരം നാലാമനിലേക്ക് തിരിയുന്നത്. അതും തന്നാൽ തന്നെ നിറവേറ്റ പ്പെടേണ്ടതാണെന്ന് ബീനക്ക് ബോധ്യമായിരുന്നു, ആ ബോധ്യത്തെ ഉറപ്പിക്കുന്ന വിധത്തിലാണ് കോട്ടയത്തേക്കുള്ള സ്ഥലം മാറ്റം യാദൃശ്ചികമായി ലഭിക്കുന്നത്. അക്കാലമായപ്പോഴേക്കും ദുസ്സഹമാം വിധം മടുപ്പ് മൂടിയ ഔദ്യോഗിക ജീവിതം അവസാനിപ്പിച്ച് മടങ്ങാൻ ബീനയുടെ മനസ്സ് അതിയായി ആഗ്രഹിച്ചു. എന്നാൽ ആയുസ്സ് മുഴുവനും താനന്വേഷിച്ച വെളിപാടിന്റെ പൂർണ്ണത തന്നി ലേക്ക് അടുത്ത് തുടങ്ങിയെന്ന തോന്നലും അവരിൽ തീവ്രമായി. അക്ഷമയും ഉത്ക്കണ്ഠയും പാരമ്യത്തിലെത്തിയ ആയിടെയാണ്, ബാർ അസോസിയേഷന്റെ ടെലിഫോൺ ഡയറക്ടറിയിൽ നിന്നും ഉറുമീസ് വക്കീലിന്റെ സെൽ നമ്പർ ബീനക്ക് യാദൃശ്ചികമായി ലഭി ക്കുന്നത്. തയ്യാറെടുപ്പുകളൊന്നുമില്ലാതെയാണ് ഡോക്ടർ ബീന ഉറുമീസ് വക്കീലിന്റെ ഓഫീസിലേക്ക് ചെന്നതെങ്കിലും, ആദ്യ ഫോൺകോളിൽ തന്നെ വക്കീലിൽ അസ്വസ്ഥതയുടെ പതർച്ച ബീനക്ക് ഗ്രഹിക്കാനായിരുന്നു. കഷ്ടി അര മണിക്കൂർ നീണ്ട കൂടി ക്കാഴ്ച കഴിഞ്ഞ് തിരികെ ഇറങ്ങി പോരുമ്പോഴേക്കും സംഭവിക്കാൻ പോകുന്നതെന്തെന്ന് ബീനക്ക് നിശ്ചയമായി കഴിഞ്ഞിരുന്നു.

കസേരയിലെ കാല് നീട്ടിയുള്ള ഒരേ കിടപ്പിൽ സാധാരണ ഉണ്ടാകുറുള്ള പുറംവേദന പ്രതീക്ഷിച്ച് ഡോക്ടർ ബീന എഴുന്നേറ്റ് നടുവനക്കി നോക്കി വേദനയില്ലാ, മരപ്പ് മാത്രമേയുള്ളൂ. നേരം പുല ർന്നിരുന്നു, സൈലന്റ് മോഡിലാക്കിയ ഫോണെടുത്ത് നോക്കി മിസ്ഡ്കോളുകളുണ്ട്, ജോർജ്ജിന്റെയാണ്, തലേന്നും ഇന്നുമായി

മൂന്നെണ്ണം. തിരികെ വിളിച്ച് അസുഖവിവരങ്ങൾ തിരക്കിയ ശേഷം, വീട്ടുസാധനങ്ങളൊക്കെയും കെട്ടിപെറുക്കാൻ ആളെ ഏർപ്പാടാക്കി, വോളന്ററി റിട്ടയർമെന്റിനുള്ള ആപ്ലിക്കേഷൻ ഡിപ്പാർട്ടമെന്റിലെ ത്തി ക്ലാർക്കിനെ ഏല്പിച്ച ശേഷം ബീന ഉറുമീസ് വക്കീലിനെ കിട ത്തിയിരുന്ന മോർച്ചറിയിലേക്ക് കടന്നു. അനുഷ്ഠാനമെന്ന പോലെ നെഞ്ചും തലയോട്ടും തുറന്ന് ഒട്ടോപ്സി നടപടികൾ പൂർത്തിയാക്കി. റിപ്പോർട്ടിൽ കാർഡിയാക്ക് അറസ്റ്റ് ഫോളൊവിംഗ് കാർഡിയാക്ക് അറിത്തിമിയാ എന്ന് മരണകാരണം രേഖപ്പെടുത്തി ഒപ്പിട്ടു സീലു വെയ്ക്കാനായി സഹായിയെ എല്പിച്ച് ഒന്ന് കണ്ണടച്ചു.

പൊന്നാണ്ണൻ

കമ്പനിപ്പടിക്കല് ഞങ്ങള് എട്ട് ഓട്ടോകളുണ്ട്, അത്ര തിരക്കുള്ള ജംഗ്ഷനൊന്നുമല്ലാഞ്ഞിട്ടും കമ്പനി മതിലിനു മീതേക്ക് പടർന്ന കശുമാവിൻ ചോട്ടിലെ ആ സ്റ്റാൻഡ് കൊണ്ട് ഞങ്ങളെട്ടാളുകൾ ജീവിച്ചുപോന്നു. രാവിലെയും വൈകിട്ടുമുള്ള സ്കൂൾ ട്രിപ്പുകൾക്കിടയിൽ മിക്കവാറുമൊരു പകൽ മുഴുവനും ഞങ്ങളീ കശുമാവിൻ ചോട്ടിലുണ്ടാകും, എന്തിനുമേതിനും ഞങ്ങൾക്ക് സമയമുണ്ട്, ഒരു തരത്തിൽ പറഞ്ഞാൽ അത് മാത്രമേ ഞങ്ങൾക്കുണ്ടായിരുന്നുള്ളു. സമയത്തിന്റെ സൌജന്യത്താൽ കടാക്ഷിതരായ മനുഷ്യകുലത്തിലെ മറ്റേതു മനീഷികളെയും പോലെ ഞങ്ങളും സൃഷ്ടിപരമായ അന്വേഷണങ്ങൾക്കും, നിർമ്മിതികൾക്കുമായി ഈ അധിക സമയത്തെ വിനിയോഗിച്ചുപോന്നു. ചരിത്രം, ശാസ്ത്രം, കല എന്ന് തുടങ്ങി മനുഷ്യ പ്രകൃതിയുടെ സഹജ വാസനകൾക്ക് നിരക്കുന്ന സകല വൈജ്ഞാനിക മണ്ഡലങ്ങൾക്കും ഞങ്ങളാൽ കഴിയുന്ന സംഭാവനകൾ ചെയ്തും പോന്നു.

ഞങ്ങളുടെ സൃഷ്ടിപരതയെ ഒന്നുദാഹരിക്കട്ടേ, സ്റ്റാൻഡിൽ ഒറ്റക്കും തെറ്റക്കും ആരെങ്കിലുമായി മദ്യം കൊണ്ട് വരുന്ന സന്ദർഭങ്ങളിൽ, ഉച്ചയൂണ്ണിന് മുൻപ് അപ്പോൾ ഹാജരുള്ളവർ ചേർന്ന് തുല്ല്യാനുപാതത്തിൽ അത് സേവിക്കാറാണ് പതിവ്. അങ്ങനെയൊരു ദിനം, ആളെണ്ണം കുറവായതിനാൽ തന്നെ അല്പസ്വല്പം ധൂർത്താകാമെന്നുള്ള സാഹചര്യത്തിൽ, അമ്പാടി കുഞ്ഞിക്കണ്ണൻ, കേവലം കൌതുക പ്രേരണ ഒന്നു കൊണ്ടു മാത്രം ഒരിറ്റ് മദ്യം, വെള്ളം ചാലിച്ച്

കശ്ശുമാവിൻ പടർപ്പിലെ അന്തേവാസിയും ഞങ്ങളുടെ സുഹൃത്തുമായ ബാലൻ കെ.യുടെ വായിലൊഴിച്ച് കൊടുത്തു. (ബാലൻ കെ. ഒരു വയസ്സൻ ഓന്താണ്, തോളെല്ല് മുതൽ മുകളിലോട്ട് ഈ ഓന്തച്ഛനും നടൻ ബാലൻ കെ. നായർക്കും തമ്മിലുള്ള സാദൃശ്യമാണ് ആ പേരിന് ആധാരം, മണിക്കൂറുകൾ നീണ്ട സംവാദത്തിനൊടുവിലാണ് വാലറ്റത്തെ നായരെ ഞങ്ങൾ ശസ്ത്രക്രിയ ചെയ്ത് ഒഴിവാക്കിയെടുത്തത്!) അന്ന് മദ്യം തലക്ക് പിടിച്ച് കുഴഞ്ഞ് പിരണ്ട് കേറി പോയ ബാലൻ കെ., അടുത്ത ദിവസവും അതേ നേരം എന്തോ പ്രതീക്ഷിച്ചെന്ന പോലെ അവിടെ ചുറ്റി പറ്റിയത് കണ്ട് എല്ലാരും ചേർന്ന് ജവാൻ ഒരെണ്ണം ഏർപ്പാടാക്കി. കനം തൂങ്ങിയ കണ്ണും ലാസ്യ ചിരിയുമായി അന്ന് സന്ധ്യയാവും വരെയും ബാലൻ കെ. ഞങ്ങൾക്കൊപ്പമുണ്ടായിരുന്നു. പിറ്റേന്നും പതിവ് തെറ്റാതെ എത്തിയ ചങ്ങാതിക്ക് വൈകിട്ട് വാങ്ങിയ കുപ്പിയിൽ നിന്നും ഒരു തുള്ളി ഡ്രൈ ആയിട്ട് കൊടുത്തത് അകത്തേക്കിറക്കി അദ്ദേഹം തല കുടഞ്ഞ് അവിടെ തന്നെ മയക്കമായി. ഡ്രൈ ആയും നേർപ്പിച്ചും ബ്രാൻഡുകൾ പലതരം പരീക്ഷിച്ച് കഴിഞ്ഞൊരു ദിവസം, സ്റ്റാൻഡിൽ കുഞ്ഞിക്കണ്ണനും, വടക്കനപ്പൻ കലേഷും മാത്രമായിരുന്ന ദാരിദ്ര്യം പിടിച്ച ഒരു ഉച്ചനേരത്ത് പതിവിൻ പടി ഹാജരായ ബാലൻ കെ.യെ അവര് ഹാൻസ് നൽകി സത്ക്കരിച്ചു. മൂന്നേ മൂന്ന് കുടച്ചില് കുടഞ്ഞ്, തല തല്ലി ബാലൻ കെ. മലർന്നു. വൈകിട്ട് ഉറുമ്പരിക്കുന്ന ശവശരീരത്തെ എടുത്ത് വെച്ച് കുഞ്ഞിക്കണ്ണനെ ഉദ്ധരിച്ച് കലേഷ് ആ സിദ്ധാന്തം അവതരിപ്പിച്ചു:

ഒരു നുള്ള് ഹാൻസിൽ ഒരോന്ത്, ഒരോന്തിന്റെ മസ്തിഷ്കം = ഒരു മനുഷ്യ മസ്തിഷ്ക കോശം. ഒരു മനുഷ്യ മസ്തിഷ്കത്തിൽ ഏതാണ്ട് ഒരു ലക്ഷം കോശങ്ങൾ എന്ന ഊഹത്തിൽ ഗണിച്ചാൽ ഏതാണ്ട് തൊണ്ണൂറായിരത്തി തൊള്ളായിരത്തി തൊണ്ണൂറ്റിയൊൻപത് തവണ ഹാൻസ് വെയ്ക്കുന്നതോടെ ഒരു മനുഷ്യ മസ്തിഷ്കം പൂർണ്ണമായും നശിക്കുന്നു! പരീക്ഷണവും തിയറിയുമായി കഴിഞ്ഞ് സിദ്ധാന്തത്തിന്റെ സ്റ്റാറ്റിസ്റ്റിക്കൽ സാധൂത വിലയിരുത്താനായി റാൻഡം സാമ്പിളിംഗ് നടത്തിയതിൽ തൊണ്ണൂറായിരത്തി തൊള്ളായിരത്തി തൊണ്ണൂറ്റിയൊൻപതെന്ന സംഖ്യാപരമായ കൃത്യത സ്ഥാപിക്കാനായില്ലെങ്കിലും 'കുഞ്ഞിക്കണ്ണൻസ് തിയറി ഓഫ് ബ്രെയിൻ ഡത്തിന്' ഞങ്ങൾക്കിടയിൽ അംഗീകാരം ലഭിച്ചു. തിയറിയെ മാനിച്ച് സ്റ്റാൻഡിലെ ഏറ്റവും സീനിയറായ സംസം ഹാഷിമിക്കാ ഹാൻസ് ഉപയോഗം ഔദ്യോഗികമായി നിറുത്തുകയും ചെയ്തു.

വേറൊരിക്കൽ ഒരു ഉച്ചമിനങ്ങല്ലിനിടെ കിഷോറാണ് ആ വിശേഷമെടുത്തിട്ടത്; കിഷോറ് പ്രാദേശിക ചാനലിലെ റിപ്പോർട്ടർ കം ക്യാമറാമാനാണ്, ഇടക്ക് വല്ലപ്പോഴും സ്റ്റാൻഡിലെ ഉച്ചപരിപാടികളിൽ ഗസ്റ്റ് റോളിൽ പങ്കെടുക്കാറുണ്ട് . 'അയനം' പുരുഷ സഹായ സമിതിയുടെ ആഭിമുഖ്യത്തിൽ പഞ്ചായത്തും പൌര പ്രമുഖരും ചേർന്ന് ആറ് തലമുറകൾ കണ്ട 101കാരൻ മല്ലപ്പള്ളി നാരായണൻ വാപ്പനെ ആദരിക്കാൻ പരിപാടിയിടുന്നതായിരുന്നു വിശേഷം. കമ്പനി പടിക്കലെ കശുമാവ് വെട്ടി വെയിറ്റിംഗ് ഷെഡ് പണിയാൻ ശ്രമിച്ചത് മുതൽക്ക് ഞങ്ങളും അയനവും തമ്മിൽ അത്ര ചേർച്ചയില്ല. "ആറ് തലമുറ... കോപ്പ്.... അറുപത് കണ്ടവൻ ദേ കിടക്കണ്" കുഞ്ഞിക്കണ്ണൻ ഉദ്ദേശിച്ചത് പൊന്നാണ്ണനെയാണെന്ന് എല്ലാർക്കും മനസ്സിലായി. എന്നാലും ഞാൻ മാത്രം, കുഞ്ഞിയുടെ കൈ നീണ്ട ആ ദിക്കിലേക്ക് ഒന്ന് തിരിഞ്ഞ് നോക്കി. പതിവ് പോലെ കമ്പനി മതിലിന്റെ മൂലക്ക് തണല് പറ്റി അണ്ണനുണ്ട്, പടിഞ്ഞോട്ട് ചാഞ്ഞ സൂര്യന് പുറംതിരിഞ്ഞ് കിഴക്ക് നോക്കിയാണ് കിടപ്പ്. ഉടല് കിഴക്കേ ചെരുവിനാണെങ്കിലും വെയില് തട്ടി തിളങ്ങുന്ന സ്വർണ്ണ നിറമുള്ള വാലറ്റവും, നരച്ച നിറമുള്ള ആ പിടുക്കം മാത്രം കീഴോട്ടിടിഞ്ഞ് ഇപ്പുറത്തേക്ക് കിടപ്പുണ്ട്. അതാണ് പൊന്നന്റെ മുദ്ര, നരച്ച സഞ്ചിയിൽ പൊതിഞ്ഞ രണ്ട് ഗ്ലുക്ക്കട്ടകൾ മാതിരിയുള്ള ആ വലിയ പിടുക്ക് ! സാമന്യത്തിലധികം മുഴപ്പുള്ള ഉണ്ടകളെ പേറി പൊന്നന്റെ വൃഷണ സഞ്ചി ഗ്ലുങ്ങി ഗ്ലുങ്ങി ഇപ്പോൾ ഏതാണ്ട് നിലം തൊടാറായി കഴിഞ്ഞിരിക്കുന്നു. ഇരപിടിക്കാൻ പാങ് നോക്കി മരമുകളിൽ പതുങ്ങുന്ന പുലിക്ക് നീണ്ട വാല് ബാധ്യതയാകുന്ന പോലെ, മരം കേറുമ്പോഴും, വേലി നൂഴുമ്പോഴും, കിടക്കുമ്പോഴും, ഇരിക്കുമ്പോഴും, ഇണ ചേരുമ്പോഴുമൊക്കെ ഈയിടെയായി ഈ പിടുക്ക് പൊന്നനൊരു ബാധ്യതയുമാണ്.

പൊന്നൻ എന്ന വിളിപ്പേരിൽ അനേകരുണ്ട് ഈ നാട്ടിൽ, ഓതം വന്ന് വൃഷണം വീർത്തവർക്കും, കാമ ലീലാനിപുണരായ ആൺ പിറന്നവർക്കും ഒരുപ്പോലെ വീണിട്ടുള്ള പേരാണ് പൊന്നൻ. സ്വയമൊരു ട്രേഡ്മാർക്ക് സെറ്റ് ചെയ്ത ഈ മാർജ്ജാര ജന്മത്തെ ബഹുമാനപുരസരം ഞങ്ങൾ - ഞങ്ങൾ മാത്രം, പൊന്നാണ്ണനെന്ന് വിളിച്ചു. മനുഷ്യ സാധാരണമായ ഈ വിശേഷണത്തിന് അർഹനായ ലോകത്തിലെ തന്നെ ഒരേയൊരു മനുഷ്യേതര ജന്മം ഒരു പക്ഷേ പൊന്നാണ്ണന്റേതാകാം. അതിന് ന്യായമുണ്ട് താനും, ഇന്നിപ്പോൾ

യൌവനത്തിലെത്തിയ ഞങ്ങളുടെ തലമുറയെ സംബന്ധിച്ചിടത്തോളം പൊന്നാണ്ണൻ ഒരു പ്രതിഭാസമാണ്. എപ്പോൾ എവിടെയും പ്രത്യക്ഷപ്പെടാവുന്ന ഒറ്റയാനായ പൊന്നാണ്ണൻ, പിൻ കാലുകൾ മാത്രം മണ്ണിലൂന്നി പെൺ പൂച്ചകളുടെ പൃഷ്ഠ് ഭാഗത്ത് എഴുന്ന് നിന്ന്, കാമകേളിയിലേർപ്പെടുന്നതിനിടയിലും ഈ ലോകത്തെ മുഴുവനും അവധാനതയോടെ നോക്കി കാണുന്ന പൊന്നാണ്ണനെ കണ്ട് പഴകിയതാണ് ഞങ്ങളുടെയെല്ലാം ബാല്യം. ആ നില്പിൽ നിന്ന്, ഞങ്ങൾ പിള്ളേരെ നോക്കി ചില്ലപ്പോളൊക്കെ കണ്ണിറുക്കുകയും, മറ്റ് ചില്ലപ്പോൾ പുരികം ചുളിച്ച് ശാസിച്ച് ഓടിക്കുകയും, സമപ്രായക്കാരായ മനുഷ്യർക്ക് സലാം കൊടുക്കുകയും ചെയ്യുന്ന പൊന്നൻ പക്ഷേ ഞങ്ങൾക്കൊരു പാഠ പുസ്തകമായി തീരുന്നത് കൌമാരത്തിലാണ്. ഇണകളെ തിരഞ്ഞെടുത്ത് തരപ്പെടുത്തുന്നതും, വഴക്കിയെടുക്കുന്നതും, തൃപ്തിപ്പെടുത്തുന്നതുമൊക്കെ പൊന്നന്റെ പിന്നാലെ നടന്ന് കണ്ട് പഠിക്കാനും, സ്വജീവിതത്തിൽ പകർത്താനും പരിശ്രമിച്ച് വിജയിച്ചവരും പരാജയപ്പെട്ടവരുമുണ്ട് ഞങ്ങൾക്കിടയിൽ. ആ നിലക്ക് ഞങ്ങൾക്ക് ഗുരുസ്ഥാനീയനുമാണ് പൊന്നൻ.

രണ്ടെണ്ണം മടമടാ എടുത്തപ്പോൾ കിഷോറിനാണ് ആ ബോധോദയമുണ്ടായത് "സത്യത്തിൽ റെക്കോർഡ് ചെയ്ത് വെയ്ക്കണ്ടത് ദേ അണ്ണന്റെയൊക്കെ ജീവിതമാ, പൊന്നാണ്ണന്റെ". കിഷോറ് പറഞ്ഞ് തീർന്നില്ല കുഞ്ഞി പൊന്നനെ ഉദ്ദേശിച്ച് ചൂളം കുത്തി. വിളി കേട്ട് അലസമായി തലയൊന്നുയർത്തി നോക്കീട്ട് പൊന്നനൊന്നു മടിച്ചു. "അണ്ണാ വാ ഒരെണ്ണമടിച്ചേച്ച് കിടാ", കുഞ്ഞീടെ കണ്ണിൽ ഒരു കുസൃതി ചിരി പിടഞ്ഞു. സ്വല്പം നാണിച്ചാണേലും പൊന്നൻ എഴുന്നേറ്റ് മതിലേൽ കൂടി നടന്ന് കശുമാവിലൂടെ താഴെയിറങ്ങി വന്ന് കുഞ്ഞിയോട് ചേർന്ന് തല മാവിന്റെ വേരിലേക്ക് കയറ്റി വെച്ച് ചാഞ്ഞിരുന്നു. ഞങ്ങളാരെയും പോലല്ല, കുഞ്ഞി പൊന്നാണ്ണന്റെ കുടുംബക്കാരനാണ്, ആ സ്നേഹവും വാത്സല്ല്യവും അണ്ണന് അവനോടുണ്ട്. ഒരു സ്റ്റീൽ കിണ്ണത്തിൽ ഒരടപ്പനളവിൽ ജവാനൊഴിച്ച് ആവശ്യം വെള്ളം ചേർത്ത് കുഞ്ഞി അണ്ണന് നീക്കി വെച്ചു, ഒറ്റ ഉൾപ്പിന് അതകത്താക്കി പ്രത്യേകിച്ചൊരു ഭാവവും കാട്ടാതെ പൊന്നാണ്ണൻ ഒന്നെഴുന്നിരുന്നു. അണ്ണനങ്ങനാണ് ആസ്വദിക്കാവുന്നതേ ചെയ്യൂ, ചെയ്യുന്നതെന്തും ആസ്വദിക്കും!

കിഷോറ് ലോക്കൽ ടിവിയുടെ ലോഗോ പതിച്ച ഹാൻഡി ക്യാം ഓൺ ചെയ്ത് അണ്ണനെ ഫോക്കസ് ചെയ്ത് ഫ്രെയിം സെറ്റ് ചെയ്തു.

ഒന്നൂടെ നിവർന്നിരുന്ന് ഉറക്കെ ഏമ്പക്കം വിട്ട് ജവാന്റെ ഭാഷയിൽ അണ്ണൻ പറഞ്ഞ് തുടങ്ങി. "പടിഞ്ഞാറെ കരി ഭാഗത്തെവിടെയോ വരമ്പത്ത് ഒരു ഓലചാർത്ത് എനിക്കോർമ്മയുണ്ട്, പിന്നെ മഴയും, വെള്ളപ്പാച്ചിലുമാണ്, കിഴക്കോട്ടുള്ള പാച്ചിലിനിടെ മട മുറിഞ്ഞ് പായുന്ന ഒഴുക്കത്ത് ഒലിച്ചു പോകാതിരിക്കാൻ കഴുത്തിലിറുക്കിയ ഒരു കടി ഇന്നും ഓർക്കണൊണ്ട്, ആരായിരുന്നു എന്ന് ഇന്നുമറിയാമ്മേല". പൊന്നണ്ണൻ ഞങ്ങടെ നാട്ടുകാരനായ കഥ തുടങ്ങുന്നത് അങ്ങനെയാണ്, പിന്നത്തെ കഥ കുഞ്ഞി പറഞ്ഞ് ഞങ്ങൾക്കറിയാവുന്നതായിരുന്നു, കുഞ്ഞീടേ അപ്പൂപ്പൻ മാത്താനത്ത് ശേഖരനാണ് പൊന്നന്റെ വളർത്തച്ഛൻ. ബധിരനും മൂകനുമായിരുന്ന അങ്ങേർക്ക് ഒമ്പത് മക്കളുണ്ടായിരുന്നു, ആണുങ്ങൾ നാലും, അവർക്കെല്ലാവർക്കും കൂടി ആണ്മക്കൾ പതിനാറും. ഇങ്ങനെ ഒന്നുക്ക് നാലെന്ന അനുപാതത്തിൽ ആൺ ജന്മകളെ ജനിപ്പിച്ച് ഒരു വംശമായി മാറാൻ കൊതിച്ച ശേഖരൻ വാപ്പന്റെ മോഹങ്ങളുടെ കുമ്പടച്ചു കൊണ്ട് ഭാര്യ തങ്കം നല്ല പ്രായത്തിലെ മരണത്തെ അഭയം പ്രാപിക്കുകയായിരുന്നു. മനുഷ്യകൃഷി കൂടാതെ, വിത്ത് കാളകൾ, മുട്ടനാടുകൾ, പൂവൻ കോഴികൾ, നാടൻ നായ്ക്കൾ, കണ്ടൻ പൂച്ചകൾ, വെള്ളെലികൾ, കീരി, മരപ്പട്ടി, മലമ്പാമ്പ് എന്നിങ്ങനെ സകല ജന്തുക്കളിലെയും ആൺ ബീജവാഹകരെ ശേഖരൻ വാപ്പൻ ഓമനിച്ച് വളർത്തിയിരുന്നു. അവരൊക്കെയും യഥേഷ്ടം ആൺ ജന്മങ്ങളെ പ്രത്യുത്പാദിപ്പിച്ചുമിരുന്നു. കാലാന്തരത്തിൽ പോറ്റാനുള്ള ത്രാണി നഷ്ടപ്പെട്ട മുറക്ക് അവറ്റകളെ ഒരോരുത്തരെയായി ശേഖരൻ വാപ്പന് ഉപേക്ഷിക്കേണ്ടി വന്നുവെങ്കിലും ചെലവില്ലാതെ പോറ്റാവുന്ന ഒരു രഹസ്യായുധത്തെ മാത്രം അങ്ങേര് ഉപേക്ഷിച്ചില്ല, നീണ്ടുരുണ്ട ദേഹവും, കൊഴുത്ത സ്വർണ്ണ വാലും, തെഴുത്ത മീശയുമുള്ള ഒരു കണ്ടനെ അയാൾ സർവ്വവും സമർപ്പിച്ച് വളർത്തിയെടുത്തു.

"മനുഷ്യരുടെ മട്ടിൽ പറഞ്ഞാൽ കൊള്ളരുതായ്കയാകും, ഒന്നും തോന്നരുത്, അച്ഛന്റെ ഭാര്യമാർ അമ്മമാരെങ്കിൽ, അമ്മമാരോടാകും ഞാനാദ്യമിണചേർന്നത്""! കൌമാര-യൌവ്വന ദശകളിൽ പൊന്നന് അതൊരാവേശമായിരുന്നു, പെണ്ണായി പിറന്ന സകലതിനും പിന്നാലെ കുതിരകേറി ആൺ നീരൊഴുക്കിയ കാലം. പിറവിയുടെ വിത്തുകൾ പിന്നെയും പിന്നെയും നിറഞ്ഞ് കവിഞ്ഞ പ്രായം. ഉദ്ധരിച്ച ലിംഗവും, ഇടറാത്ത മനസ്സും, നിറഞ്ഞ ഗർവ്വവുമായി പെൺ കുറുകലുകളെ തേടി അലഞ്ഞ നാളുകൾ. പേടിച്ചരണ്ട് ഓടിയൊളിച്ച പെൺ മുഖങ്ങൾ, അനുസരണയോടെ നിന്നു കൊടുത്തവർ, പരാധീനരായി

കീഴ്പ്പെട്ട ദുർബ്ബലകൾ, വേണ്ട വേണ്ടെന്ന് യാചിച്ചവർ, വീണ്ടും വീണ്ടും ചാതുര്യപൂർവ്വം ആനയിച്ചവർ, ഒന്നിനെയും പൊന്നന്റെ ആവേശം വെറുതെ വിട്ടില്ല. ഒരുകാലവും ശമനപ്പെടാത്ത കാമാർത്തിയുടെ- വിശപ്പിന്റേതായിരുന്നു പൊന്നന്റെ ജന്മം. "ആണായി പിറന്ന വേറൊരുത്തനെയും- ഒറ്റയൊരു കണ്ടനെയും- എനിക്കൊരെതിരായി ഞാൻ കണ്ടിട്ടില്ല, മക്കളും കൊച്ചുമക്കളും, അവരുടെ മക്കളും മക്കളും അടങ്ങുന്ന തലമുറകൾ മുഴുക്കനും വാല്യമുയർത്തി കുറുകി കുനി മുന്നിൽ വന്ന് നിന്നു, ഞാൻ നിവർന്ന് നിന്നു". ഇടക്ക് നിറുത്തി ഒന്ന് ചിറി തുടച്ച് പൊന്നണ്ണൻ ഒന്ന് കുറുകി, കാര്യം മനസിലാക്കിയ കുഞ്ഞി എരിയുന്ന ഗോൾഡ് ഫ്ലേക്ക് അണ്ണന് വായിൽ വെച്ച് കൊടുത്തു, ഒന്നിരുത്തി വലിച്ച് നിറുത്തി നിറുത്തി പുകയൂതിയ പൊന്നാണ്ണൻ എന്തോ ഓർത്തെടുക്കുമ്പോലെ തോന്നി.

"പിന്നെ അതിനൊക്കെ ഒരു തിരിവുണ്ടായത് തെരുവിക്കാട്ടിലെ ആ സംഭവത്തോടെയാ", പൊന്നണ്ണന്റെ ജീവചരിത്രത്തിലെ ദുരൂഹ-സുന്ദരമായ ആ ഏടിനെ പറ്റി തന്നെ ആയിരുന്നു ഞങ്ങൾക്കും ആകാംഷ. പൊന്നാണ്ണനെ ഈ നാടിനു മുഴുവനും സ്വീകാര്യനാക്കിയ ആ സംഭവം ഞങ്ങളുടെ തലമുറക്ക് നല്ല ഓർമ്മയുണ്ട്. ഞങ്ങളന്ന് യൂ.പി യിൽ പഠിക്കുന്ന കാലം, ഒരുച്ചനേരത്ത് ഹൈസ്കൂൾ കെട്ടിടത്തിലെ പെൺകുട്ടികളുടെ ബ്ലോക്കിലെ, ഓഡിറ്റോറിയത്തിനോട് ചേർന്നുള്ള ഇരുട്ട് പുതഞ്ഞ ക്ലാസിൽ നിന്നുമുയർന്ന കൂട്ട നിലവിളിയിൽ അന്ന് സ്കൂളാകെ ഉലഞ്ഞു. ചോര വായും തേറ്റയുമുള്ള ആ കറുത്ത് നീണ്ട രൂപം കണ്ട് ചേച്ചിമാരിൽ ചിലർ ബോധരഹിതരായി. "പുലി. പുലി.." എന്ന് ആർത്ത് പലരും സ്കൂൾ വളപ്പ് വിട്ടോടി, പാഞ്ഞെത്തിയ ആൺപിള്ളാരുടെ കല്ലേറിൽ അരിശംപൂണ്ട് ആ ജന്തു ചീറിയത് ചാവടി ചന്ത വരെയും മുഴങ്ങി, ജനം കൂട്ടം കൂട്ടമായി സ്കൂളിലേക്ക് ഒഴുകിയെത്തി. വടി കൊണ്ട് കുത്താൻ ഒരുമ്പെട്ടവർക്കു നേരെ കുതിച്ച് ചാടിയ ജീവിയെ വാതിലടച്ച് ജനം മുറിക്കുള്ളിൽ കുടുക്കി. മുറിയിലകപ്പെട്ട ജീവി അതിനുള്ളിൽ വെകിളി പിടിച്ചോടി, നീളത്തിൽ മുള്ളി. ഇടയ്ക്കിടെ പാഞ്ഞടുക്കുന്ന കരിങ്കല്ലുകളിൽ നിന്നും രക്ഷ തേടി അത് ബ്ലാക്ക് ബോർഡിന്റെ ചാര് കാലുകൾക്ക് പിന്നിലൊളിച്ചു. "സംഗതി പുലിയല്ല, കാട്ടു പൂച്ച"യാണെന്ന് സ്വയം പുലി നാമധാരിയായ 'ബർക്കത്ത് അലി സായ്പ്പ്' വന്ന് കണ്ട് വിധിച്ചു, കക്ഷി പെണ്ണാണെന്നൊരു ടിപ്പണി കൂടി തീർപ്പിനൊപ്പം സായ്പ്പ് ചേർത്തു. ജന്തുവിനെ പിടികൂടാനുള്ള നാനാവിധ പദ്ധതി നിർദ്ദേശങ്ങൾ തമ്മിലുരഞ്ഞു

തീ പാറിയ ആ നേരത്താണ് സർവ്വരേയും ഉദ്വേഗത്തിലാഴ്ത്തി, പൊന്നാണ്ണന്റെ സ്വർണ്ണ രൂപം ജനാലയുടെ വിടവിലൂടെ ക്ലാസ് മുറിക്കകത്തേക്ക് കയറിയത്. അടഞ്ഞ മുറിയിൽ നിന്നും തട്ടും മുട്ടും പിടച്ചിലുകളും അലർച്ചകളും കേൾക്കാമായിരുന്നു, വൈകിയില്ല, പടിഞ്ഞാറെ ജനാലയ്ക്കൽ കൂടി ആദ്യം ആ കറുത്ത രൂപവും പിറകെ പൊന്നാണ്ണനും പുറത്തേക്ക് ചാടി. വെപ്രാളപ്പെട്ടോടി പട്ടന്മാരുടെ ചുടുകാടിനോട് ചേർന്നുള്ള തെരുവിക്കാടിനുള്ളിലേക്ക് ആ രൂപം മറഞ്ഞു, പിന്നാലെ കുതിച്ച മനുഷ്യപടയെ, തിരിഞ്ഞ് നിന്ന് വിലക്കിയ ശേഷം പൊന്നാണ്ണനും കാടിനുള്ളിലേക്ക് കയറി മാഞ്ഞു, മൂന്ന് ദിവസങ്ങൾക്കു ശേഷമാണ് പൊന്നാണ്ണനെ പിന്നെ നാട്ടിൽ കാണുന്നത്.

പൊന്നന്റെ തിരോധാനത്തെ പറ്റിയും കാടിനുള്ളിൽ നടന്നതിനെ പറ്റിയും അസംഖ്യം ഊഹാപോഹങ്ങൾ നാട്ടിൽ കിളിർത്തെങ്കിലും, അവയിൽ മൂന്ന് സാധ്യതകൾക്കാണ് കാലത്തെ അതിജീവിക്കാനായത്.

ഒന്ന്: പൊന്നൻ പരിണിത പ്രജ്ഞനായ ഒരു താപ്പാനയെ പോലെ കാടത്തിയെങ്കിലും സ്വവംശ ജാതയായ അവളെ കരുതലോടെ നാടു കടത്തി എന്നതായിരുന്നു.

രണ്ട്: പൊന്നന്റെ വീറ് കണ്ട് ഭയന്നോടിയ കാട്ടു പൂച്ചയെ കിഴക്ക് പട്ടത്താളി കാടു വരെയും പൊന്നൻ പിന്തുടർന്ന് തിരികെ വരില്ലെന്ന് ഉറപ്പാക്കിയെന്നും, അതിനാലാണ് മൂന്ന് ദിവസം വൈകിയതെന്നു മായിരുന്നു മറ്റൊന്ന്.

മൂന്നാമത്തേതും കൂട്ടത്തിൽ ഏറ്റവും പ്രചാരം ലഭിച്ചതുമായ കഥ: പൊന്നാണ്ണൻ ആ കാട്ടുപെണ്ണിനെ വരുതിയിലാക്കി തെരുവിക്കാട്ടിൽ പൊറുപ്പിച്ചെന്നും, നാട്ടു പെണ്ണുങ്ങളെ മടുക്കാൻ നേരം ഒരു മാറ്റത്തിനു വേണ്ടി ഇപ്പോഴും ആ വഴിക്ക് പോകുണ്ടെന്നും ആയിരുന്നു.

എന്നാൽ യഥാർത്ഥത്തിൽ സംഭവിച്ചതെന്തെന്ന് അണ്ണൻ ഞങ്ങളോട് പറഞ്ഞു: "എന്നെയെടുത്തവള് കുത്തി പിഴിഞ്ഞെന്ന് പറഞ്ഞാ മതി, മൂന്ന് ദിവസത്തേക്ക് ആ കാട്ടീന്ന് അവള് പുറത്ത് വിട്ടില്ല"!

"ദേ, ഇത് കണ്ടോ", ഇടതു വശം തിരിഞ്ഞ് ചാരി, വാലൊന്നുയർത്തി, പിടുക്ക് കാലിലേക്ക് ചായ്ച്ച് അണ്ണൻ കാണിച്ച് തന്നു, പിടുക്കിന്റെ വലത്തെ ചെരുവില് ഒരു കറുത്ത പാട് !, "ഇതവളുടെ കൈപ്പാടാ !".

പൊന്നാണ്ണന്റെ ലൈംഗിക ജീവിതത്തിന് ഇന്ന് കാണുന്ന പാകതയും പരുവവും കൈവന്നത് അതേ തുടർന്നാണ്. മൂന്ന് നാളത്തെ അജ്ഞാത വാസ ശേഷം, തിരികെയെത്തിയ അണ്ണന്റെ മുഖത്ത് വിടർന്ന ജ്ഞാന പുഞ്ചിരിയെ വെറും സെലിബ്രേറ്റി ഡെക്കറേഷനായാണ് മനുഷ്യര് കണ്ടത്, പക്ഷേ അത് പൂതിയുടെ അന്തം കണ്ട അറിവിന്റെ ചിരിയാണെന്ന് ആരറിഞ്ഞൂ! പണ്ടത്തെ മാതിരിയല്ല, ഇന്നിപ്പോൾ പെണ്ണുങ്ങൾ അണ്ണനെ അങ്ങോട്ട് വശീകരിക്കണം, മനസ്സിളക്കണം, എന്നാലെ എന്തേലും നടക്കൂ. "ഇതൊന്നുമൊന്നുമല്ല, ഈ വിശപ്പൊക്കെ ഒന്നൊടുങ്ങിയാലെ ഉള്ള് കാണാനൊക്കൂ, അത് കണ്ടാൽ പിന്നെ ഈ കാണണതൊക്കെയും ഒരു തമാശ, ചിരിക്കാനേ കഴിയൂ", ചിരിയുടെ ജ്ഞാന പരിസരത്തെ പറ്റി അണ്ണൻ വാചാലനായി. അണ്ണന്റെ ഫിലോസഫി കീറ് പിടി വിട്ട ചുറ്റുപാടിൽ ഞങ്ങളിലങ്കുരിച്ച സംശയം തിരിച്ചറിഞ്ഞ് അണ്ണൻ കാര്യങ്ങൾ ഒന്നൂടെ ക്ലിയറാക്കി: "അതായത്, ഇപ്പഴും ചെയ്യുന്നില്ലേന്ന് ചോദിച്ചാൽ ഉണ്ട്, പക്ഷേ ഒന്നും പഴയ പോലല്ല, മൊത്തത്തിൽ ഒരു മരവിപ്പാ, ദേ ഇത് പോലെ വല്ലപ്പോഴുമാ ശരീരത്ത് കൂടെ ഇച്ചിരെ രക്തമോടുന്നത്".

അതൊരു സൂചനയായിരുന്നു, കുഞ്ഞി ഒരു ഊർപ്പിനു കൂടി ഡ്രിങ്ക് സെറ്റ് ചെയ്ത് പൊന്നാണ്ണനു മുന്നിൽ വെച്ചു, അതങ്ങ് ചെന്ന പാടേ പൊന്നാണ്ണന്റെ ജ്ഞാന ചിരിയിൽ പൊടി നാണം കലർന്നു. അണ്ണൻ മീശ തുടച്ച് പറഞ്ഞു, "പിന്നെ, അങ്ങനെയെന്തേലും ആശ ബാക്കി നില്പില്ലേന്ന് ചോദിച്ചാലുണ്ട്, അത് ആ മണ്ണ് മാമച്ചന്റെ മൂത്ത മരുമകൾ എഡ്വീനയുടെ പുന്നാര പൂച്ച സൂസിയാണ്, അവളെയൊന്ന് പൂശണമെന്ന് ഒരാഗ്രഹമുണ്ട്". മറ്റുള്ളവരൊക്കെയും അത് കേട്ട് ഒരു റൊമാന്റിക്ക് ത്രില്ലറിനുള്ള പ്ലോട്ട് സെറ്റായതിന്റെ ആവേശത്തിലായിരുന്നെങ്കിലും, കുഞ്ഞിയുടെ മുഖത്ത് മാത്രം അപായത്തിന്റെ ചുവപ്പ് പൊടിഞ്ഞു.

മാനവ സേവാ സമിതി റോഡിന്റെ തുടക്കത്തിൽ തന്നെ മാമ്മച്ചൻ പണിത കപ്പല് പോലുള്ള കൂറ്റൻ ബംഗ്ലാവിന്റെ വെഞ്ചരിപ്പിന് നാടടച്ചായിരുന്നു വിളി. അരമനേന്നുള്ളവരും, രാഷ്ട്രീയക്കാരും, പോലീസുകാരുമൊക്കെയും പങ്കെടുത്ത് കൊഴുപ്പിച്ച കേറിതാമസ ചടങ്ങിലെ താരം പക്ഷേ സൂസി ആയിരുന്നു. മണ്ണ് മാമച്ചന്റെ കപ്പൽ സൌധത്തിലെ മറ്റ് സകല കൌതുകങ്ങളെയും പിന്നിലാക്കി ജനശ്രദ്ധ നേടിയത് തറ നിരപ്പിനു താഴെ സജ്ജീകരിച്ച സൂസിയുടെ

ശീതീകരിച്ച കൂടായിരുന്നു; കൂടല്ല - ഒരു മുറി തന്നെ ആയിരുന്നു. ജനങ്ങൾ വട്ടം കൂടി കീഴോട്ട് നോക്കി പൂച്ചക്കൂട് കണ്ട് അന്തം വിട്ട നേരമൊക്കെയും ഇതൊന്നുമറിയാതെ, അകത്ത് എഡ്ലീനയുടെ മുറിയിൽ ഒരു കൂടയ്ക്കുള്ളിൽ ചുരുണ്ട് കൂടി മയക്കത്തിലായിരുന്നു സൂസി. ആളുകള് കണ്ണ് വെയ്ക്കാണ്ടിരിക്കാൻ എഡ്ലീന മനപൂർവ്വം കാലത്ത് തന്നെ നല്ല നെയ് ചാള കൊടുത്ത് സൂസിയെ മയക്കി, മുറിയിലടച്ചു. മാമച്ചന്റെ കിടപ്പ് മുറിയെ പോലും വെല്ലുന്ന സുഖസൌകര്യങ്ങൾ ആർക്ക് വേണ്ടിയാണ് ഒരുക്കിയതെന്ന് അറിയാൻ- ഒന്ന് കാണാൻ- സകലരും ആശിച്ചുവെങ്കിലും, കിടപ്പുമുറിയുടെ താക്കോൽ ആളൊഴിയുവോളം എഡ്ലീനയുടെ ഇടുപ്പിൽ തന്നെ തൂങ്ങി കിടന്നു.

മാമച്ചന്റെ മൂത്ത മകൻ ലാലിച്ചന്റെ ഭാര്യ എഡ്ലീന കുടകത്തിയാണ്, ഉപരി പഠനവും ബിസിനസ്സുമായി ബാംഗ്ലൂര് പോയ ലാലിച്ചന് ആവിടുന്നുണ്ടായ ബന്ധമാണ്. ബാംഗ്ലൂര് വിട്ട് ലാലിച്ചനൊപ്പം നാട്ടിലേക്ക് പോരാൻ നേരം എഡ്ലീനക്ക് അവളുടെ പ്രിയപ്പെട്ട അച്ഛൻ പെങ്ങൾ - റെയ്ച്ചലാന്റി- കൈമാറിയ കൂടക്കുള്ളിൽ ഒരു കുഞ്ഞ് ജീവൻ കുറുകുന്നുണ്ടായിരുന്നു. ബംഗലൂരുവിലെ പെറ്റ് ഷോകളെ ഒരു ദശാബ്ദക്കാലം അടക്കിവാണ 'മെറ്റിൽഡ' എന്ന പേർഷ്യൻ സുന്ദരി പൂച്ചയുടെ കുഞ്ഞ്, തൂവെള്ള പൂടയും നീലിച്ച കണ്ണുകളുമുള്ള കുഞ്ഞി പൂച്ച. ലാലിച്ചൻ കൂടെയുള്ള രാത്രികളിലൊഴികെ മറ്റെല്ലായ്പ്പോഴും കൂടെ ഉറക്കിയും, ഊട്ടിയും, മുടി ചീകിയും സൂസിയെ എഡ്ലീന താലോലിക്കും. മെർക്കാറയുടെ മണമാണ് സൂസിക്ക് എന്ന ഓർമ്മ തികട്ടുമ്പോഴൊക്കെയും എഡ്ലീന സൂസിയുടെ താടയിൽ ചൊറുകും, സൂസി കുറുകും. എഡ്ലീനക്ക് കുഞ്ഞുങ്ങളില്ലായിരുന്നു, അല്ലെങ്കിൽ അവളുടെ കുഞ്ഞായിരുന്നു സൂസി.

"എന്റണ്ണാ ഒന്നരാടമൊന്നരാടം എല്ലും പണ്ടവും കിലോ കണക്കിന് കൊണ്ട് കൊടുക്കണത് ഞാനാ, അങ്ങോട്ട് കളിയും കൊണ്ട് ചെന്നാൽ അത്ങ്ങള് കടിച്ച് കീറും" മാമച്ചൻ ഓമനിച്ച് വളർത്തണ ഡാൽമേഷ്യൻ നായ്ക്കളെയാണ് കുഞ്ഞി ഉദ്ദേശിച്ചത്. "ഞായറാഴ്ച ഞായറാഴ്ച അയാള് തുടച്ച് മിനുക്കിവെക്കണ ഡബ്ബിൾ ബ്ബാരലവിടെ പണിയില്ലാതിരിപ്പൊണ്ട്, ചെന്ന് കേറി കൊട്". കുഞ്ഞീടെ കരുതല് കേട്ട് പൊന്നാണ്ണനിൽ വാത്സല്യം വഴിഞ്ഞു, വാലറ്റം കൊണ്ട് അവന്റെ കൈപ്പത്തിയിലുഴിഞ്ഞ് അണ്ണൻ പറഞ്ഞു, "സംഗതി മതിലിനു പുറത്ത് ഞാനുണ്ടെന്ന് അവൾക്കറിയാം, അവളവിടുണ്ടെന്ന് അറിയിക്കുന്ന കുക്കലും കുറുകലും ഞാനും കേൾക്കണുണ്ട്,

എത്തിപ്പെടലാണ് പാട്", അണ്ണന്റെ മുഖത്തെ നിശ്ചയദാർഢ്യം ഒന്ന് മിന്നി കെട്ടു, "അവൾടെ പഞ്ഞി കെട്ടു പോലുള്ള പപ്പും പൂടയും കണ്ടിട്ടൊന്നുമല്ല, അതൊക്കെ എന്തോരും കാണുമെന്ന് നമ്മുക്ക റിയില്ലേ?, ആ ചെറിയ തണുപ്പത്ത് മിനുത്ത് കൊഴുത്ത അവളുടെ ദേഹത്തോടൊട്ടി, മെർക്കാറയുടെ മണമുള്ള ഷാമ്പുവും ശ്വസിച്ച്, എഡ്ഡ്വീനയുടെ ചൂരുള്ള കുറുങ്ങലും കേട്ട് ഒരു രാത്രിയുറങ്ങണം, എന്നിട്ട് പുലർച്ചക്ക് മുന്നേ മാമച്ചന്റെ പൂച്ച ബംഗ്ലാവിൽ ളുറി വെച്ചേച്ച് പോന്നം"! ആഗ്രഹം പങ്ക് വെച്ച് പിന്നീടുള്ള ദിവസങ്ങളിലും പതിവ് പോലെ മതിലിനു മുകളിൽ മടി പിടിച്ചിരിക്കുന്ന പൊന്നാണ്ണനെ കാണാമ്പോൾ ഒന്ന് ചൊറിയാനായിട്ട്, "അണ്ണാ ഇങ്ങനിരുന്നാ മതിയോ? ബംഗ്ലാവിൽ ളുറണ്ടേ" എന്ന് ആരെങ്കിലും പറയും. അണ്ണ നതൊന്നും കേട്ട ഭാവം പോലും കാണിക്കാറില്ലെങ്കിലും, കുഞ്ഞി കേട്ടിരിപ്പുണ്ടെങ്കിൽ അവന് വിറയും. "മൂപ്പിച്ച് മൂപ്പിച്ച് അങ്ങേരെ കൊലക്ക് കൊട്, വസൂരികളെ "

കുഞ്ഞിയുടെ ആശങ്ക വെറുതെ ആയിരുന്നില്ല, ഒരു വെള്ളിയാഴ്ച രാവിലെ സ്കൂൾ പിള്ളേരെ ഏട്ടക്കാനായി ഞാൻ തിരക്കിട്ട് പായുമ്പോ ളുണ്ട്, ഹെഡ് ലൈറ്റ് തെളിച്ച് അമ്പാടി ഓട്ടോ എതിരേ വരുന്നു. ഓട്ടോ നിൽക്കും മുന്നേ കുഞ്ഞി ചാടിയിറങ്ങി, "അളിയാ മാമച്ചൻ നാറി, അണ്ണനിട്ട് പണിഞ്ഞ്", അതൊരു നിലവിളി ആയിരുന്നു. വേഗത്തിൽ പിള്ളേരെ സ്കൂളിലാക്കി മാമച്ചന്റെ വീടനടുത്തോട്ട് ചെല്ലു മ്പോൾ മാമച്ചന്റെ മതിലിനു പുറത്ത്, സമിതി റോഡിന് പടിഞ്ഞാറ് തോട്ടെറമ്പത്ത് നാലഞ്ചാളുകൾ കൂടി നിൽപുണ്ട്, നടുക്ക് പൊന്നാണ്ണ ന്റെ ശവം കിടക്കുന്നു. ഒറ്റ നോക്കേ നോക്കിയുള്ളു, ഇടത്തേ കണ്ണിനു മുകളിലാണ് വെടി കൊണ്ടത്, മുഖത്തിന്റെ ഇടത് വശം പൂർണ്ണമായും ചിന്നി ചിതറിയിരുന്നു. രാവിലെ തന്നെ പുറത്തെവിടേലും കൊണ്ട് പോയി കുഴിച്ചിടാൻ പറഞ്ഞ് മാമച്ചൻ ഏർപ്പാടാക്കിയ പണിക്കാ രാണ് ചുറ്റുമുള്ളത്. എങ്ങനെയോ വിവരമറിഞ്ഞെത്തിയ കുഞ്ഞി ക്കണ്ണൻ ശവം മറവ് ചെയ്യുന്നത് തടസ്സപ്പെടുത്തി. പൊന്നാണ്ണന്റെ കൊലപാതകത്തിന് മാമച്ചനെ കൊണ്ട് മറുപടി പറയിക്കുമെന്ന വാശിയിലാണ് കുഞ്ഞി, അമിതാവേശം കാണിക്കാതെ ഒഴിഞ്ഞ് നിന്ന മാമ്മച്ചന്റെ പണിക്കാരുടെ ശരീര ഭാഷയിലമുണ്ട് സംഭവിച്ച തിന്റെ സൂചനകൾ. താഴേ നടക്കുന്നതൊക്കെയും വീക്ഷിച്ച് ബംഗ്ലാ വിന്റെ മട്ടുപ്പാവിൽ ഭാവഭേദം യാതൊന്നുമില്ലാതെ മാമച്ചനും നില്പുണ്ട്. വീട്ട് വളപ്പിലേക്ക് അതിക്രമിച്ച് കയറിയ അക്രമിക്ക് ഏറ്റുമുട്ടലിനിടെ

വെടിയേറ്റതാണെന്നും സംഗതി 'ഏറ്റുമുട്ടൽ കൊല' മാത്രമെന്നുമുള്ള ഔദ്യോഗിക ഭാഷ്യം മാമച്ചന്റെ വക്താക്കൾ ആവർത്തിച്ചു കൊണ്ടേയിരുന്നെങ്കിലും; അതല്ല നടന്നതെന്ന് ഞങ്ങളും ഉറപ്പിച്ചു, അന്തരീക്ഷത്തിന് പിരിമുറുകി മെല്ലെ പൊടിമഴ ചാറി തുടങ്ങി.

കിഷോറിനേയും കൂട്ടി അമ്പാടി ഓട്ടോ ആ നേരം ഞങ്ങൾക്കിടയിലേക്ക് ഇരച്ചു വന്നു നിന്നു. കിഷോറിന്റെ ക്യാമറ പൊന്നാണ്ണന്റെ മൃതശരീരത്തെ സസൂക്ഷ്മം പകർത്തുന്ന നേരത്ത്, ഞങ്ങളെ മാറ്റി നിറുത്തി കുഞ്ഞി പറഞ്ഞു, "ഒരേറ്റുമുട്ടലുമല്ല, അണ്ണൻ കാര്യം നടത്തി കഴിഞ്ഞ് വെളുപ്പിനാ സംഭവം, രാവിലെ തന്നെ പൂച്ച കൂട് കഴുകാൻ മാമച്ചൻ പണിക്കാരിക്ക് ആളെ വിട്ടിരുന്നു. എന്നുവെച്ചാൽ അണ്ണൻ അതിനകത്ത് ഉറീന്ന് തന്നെയല്ലേ അർത്ഥം?" കുഞ്ഞിയുടെ അനുമാനത്തെ ശരിവെയ്ക്കുന്നതായിരുന്നു ഇടത് ഭാഗം പാടേ തകർന്ന നിലയിലും അണ്ണന്റെ മുഖത്തിന്റെ വലതു ഭാഗത്ത് മായാതെ നിന്ന ആ പുഞ്ചിരി. ഒടുവിലത്തെ പൂതിയും നിറവേറിയതിന്റെ ചിരിയാണതെന്ന് ഞങ്ങൾക്കേ മനസിലാവുമായിരുന്നുള്ളൂ. കാര്യം നടത്തിയാണ് അണ്ണൻ കീഴ്പ്പെട്ടതെന്നതിന്റെ തെളിവായി മറ്റൊരു നിർണ്ണായക തെളിവ് കൂടി അവശേഷിച്ചിരുന്നു. കിഷോറിന്റെ ക്യാമറയിൽ പതിഞ്ഞ ദൃശ്യങ്ങളിൽ പൊന്നാണ്ണന്റെ വൃഷണ ഭാഗം സൂം ചെയ്യുമ്പോഴാണത് ഞങ്ങളുടെ ശ്രദ്ധയിൽപ്പെട്ടത്, അണ്ണന്റെ പിടുക്കിന്റെ വലത്തെ ചെരുവിന് പുതുതായി ഒരു വെള്ള പാണ്ട്, എഡ്ഡ്വീനയുടെ സൂസീടെ കൈപ്പാട്!

അസാധാരണമായി യാതൊന്നും ഇവിടെയും സംഭവിച്ചില്ല, 'ഏറ്റുമുട്ടൽ കൊല' എന്ന ഔദ്യോഗിക ഭാഷ്യത്തിന് മുന്നിൽ എതിർപ്പുകൾ തോറ്റമ്പി, തോട്ടെറമ്പത്തെ നീളൻ കുഴിയിലേക്ക് ചായ്ച്ച് കിടത്തിയ പൊന്നാണ്ണന്റെ ശരീരത്തിനു മീതേ മണ്ണ് വീണു, മൂടപ്പെട്ട്, മൂടപ്പെട്ട് ഒടുക്കം ആ നരച്ച വൃഷണസഞ്ചിയും മണ്മറഞ്ഞ നേരം ആൾക്കൂട്ടം പിരിഞ്ഞു, ഓട്ടോകളെട്ടും വിലാപ യാത്ര പോലെ കമ്പനിപ്പടിയിലെ സ്റ്റാൻഡിലേക്ക് വരിവരിയായി നിരങ്ങി നീങ്ങി. അണ്ണന്റെ വിയോഗത്തിന്റെ പേരിലന്ന് ജവാൻ മുന്നാലെണ്ണം കൂടുതല് പൊട്ടി, സ്റ്റാൻഡിൽ അന്ന് ഓട്ടോകളോടീല്ലാ, കിഷോറിന്റെ ഉത്സാഹത്തിൽ, അണ്ണന് ആദരാഞ്ജലിയർപ്പിച്ച് ഫ്ലക്സ് ഒരെണ്ണം കമ്പനി പടിയിൽ തൂക്കി. ഉച്ചക്ക് മുന്നേ തന്നെ കുഞ്ഞി കുടിച്ച് ബോധം മറച്ചു.

അന്നേക്ക് കൃത്യം അറുപത്തഞ്ചാം ദിവസം സൂസി പെറ്റു, പൊന്നാണ്ണനെ പകുത്ത് കീറിയ മാതിരി നരച്ച ഉമ്മിണി പിടുക്കും

സ്വർണ്ണ വാലുമുള്ള രണ്ട് ആൺ പൂച്ചകൾ. കണ്ണ് തുറന്ന് തനിച്ച് നടക്കാറാകുന്നത് വരെ എസ്ലൂീനയുടെ ചെറുത്ത് നില്പിനെ കരുതി മാമച്ചൻ ക്ഷമിച്ച് നിന്നു. പൂച്ചക്കുട്ടികൾക്ക് 'ഹോസു' എന്നും 'കുട്ടിനോ' എന്നും എസ്ലൂീന പേരിട്ടു, അവർക്ക് ചൂട് പകർന്നും, പാല് ചുരന്നും സൂസി സ്വയം മറന്നു. പെറ്റമ്മയുടെ പരിചരണം വെടിഞ്ഞ് അവർ സ്വതന്ത്രരാകുന്നതും കാത്ത് എസ്ലൂീനയിലെ അമ്മ ദിവസങ്ങളെണ്ണി കാത്തിരുന്നു. പക്ഷേ ഇരുപത്തിനാലാം പക്കം പുലർച്ചെ കുഞ്ഞുങ്ങൾ രണ്ടിനേയും ഒരു കൂടയിലാക്കി മാമച്ചൻ ഏർപ്പാടാക്കിയ ഒരു പണിക്കാരൻ വളപ്പ് വിട്ടിറങ്ങി. മാമ്മച്ചന്റെ ഈ പദ്ധതി എങ്ങനെയോ മണത്തറിഞ്ഞ കുഞ്ഞി ഗേറ്റിനു വെളിയിൽ കാത്ത് നില്പുണ്ടായിരുന്നു, പണിക്കാരനെ കൈയ്യോടെ പിടികൂടി പൂച്ച കുട്ടികളെ വാങ്ങി അവൻ വീട്ടിലേക്ക് കൂട്ടി. ആദ്യത്തെ പരിഭ്രമം മാറിയപ്പോൾ, ഹോസുവും കുട്ടിനോയും ഒരു കുഞ്ഞ് പിഞ്ഞാണം നിറയെ പശുവിൻ പാല് അകത്താക്കി, ശേഷം ഇരുവരേയും നെഞ്ചത്ത് ചേർത്ത് കിടത്തി കുഞ്ഞി ചൂട് പകർന്നു. അന്നുച്ചതിരിഞ്ഞ് മാമച്ചന്റെ പോർട്ടിക്കോവിൽ നിന്നും കെട്ടും കിടക്കയും കയറ്റി ഒരു ഇന്നോവ പുറപ്പെട്ടു, കല്ലിച്ച മുഖവുമായി എസ്ലൂീനയും അവളുടെ മാറത്ത് ചേർന്ന് കലങ്ങിയ കണ്ണുകളുമായി സൂസിയുമായിരുന്നു അതിൽ, കാർ മെർക്കാറയെ ലക്ഷ്യമാക്കി കുതിച്ചു

ആറേഴ് മാസങ്ങൾ കഴിഞ്ഞ്, ലാലിച്ചനുമായുള്ള ബന്ധമൊഴിയുന്നതിനായി ജോയിന്റ് പെറ്റീഷനിൽ ഒപ്പുവെച്ച അന്ന് രാത്രിയിൽ, മെർക്കാറയിലെ ബംഗ്ലാവിന്റെ ബാൽക്കണിയിൽ പാദം നിലത്ത് തൊടീക്കാതെ പൊക്കിവെച്ച് എസ്ലൂീനയും, താഴേ നിലത്തു വിരിച്ച രോമ പുതപ്പിൽ ഉടലാഴ്ത്തി സൂസിയും ഇരുന്നു. ഒരു സഫ്ടിക പാത്രത്തിൽ എസ്ലൂീന പകർന്ന് കൊടുത്ത ജാക്ക് ഡാനിയേത്സ് വിസ്കി നക്കിനുവർത്തി മുൻ കാലുകൾക്ക് മീതേ തന്റെ മുഖമെടുത്ത് വെച്ച് സൂസി ഏതോ ഓർമ്മകളിലേക്ക് വഴുതി. അവൾ പറഞ്ഞ് തുടങ്ങി "ആദ്യം സ്വപ്നമാണെന്ന് തന്നാ തോന്നിയത്, സംഗതി ഉള്ളതാണെന്ന് മനസിലാക്കിയപ്പോഴേക്കും നേരം വെളുക്കാറായിരുന്നു. അടങ്ങാത്ത ആവേശത്തിൽ പുളഞ്ഞ് നിവരുമ്പഴും മനസ്സ് പട പടാ.. ഇടിക്കുന്നുണ്ടായിരുന്നു. എന്റെ ചങ്കത്ത് ചെവി ചേർത്ത് മൂപ്പര് ഒരു ചിരി ചിരിച്ചു.. പെട്ടെന്നാണ് വെടി പൊട്ടിയത്, മലച്ച് കിടക്കണ കിടപ്പിലും ആ ചിരി മായാതുണ്ടായിരുന്നു". എസ്ലൂീന നീര് വീങ്ങിയ പാദങ്ങൾ സാവധാനം നിലത്തെടുത്തു വെച്ചു, സൂസി അതിനോട്

ചേർന്നു, മെഴുകുപോലുള്ള കാൽ മടമ്പിൽ താടയുരുമ്മി സൂസി വിസ്മയപ്പെട്ടു "എന്നാലും മാമച്ചന്റെ ഡാൽമേഷ്യൻ ഭീകരന്മാരുടെ കണ്ണ് വെട്ടിച്ച് അങ്ങേര് എങ്ങനെ അവിടെത്തി!" സൂസിയുടെ നീല കണ്ണുകളിൽ ലഹരിയുടെ ആലസ്യം തടം തല്ലി, വാഴ്ക്ക് മരക്കരിയുടെ കയ്പ് തോന്നിയപ്പോൾ അവളൊന്ന് കുടഞ്ഞ് തുപ്പി, എണീറ്റ് മുറിക്കുള്ളിലേക്ക് വേച്ചു. എഡ്ലീന കിടക്കമേൽ വിരിച്ചിരുന്ന രോമപുതപ്പിനുള്ളിലേക്ക് സൂസി ചുരുണ്ടു.

അവളെ തന്നെ നോക്കിയിരുന്ന ഇരിപ്പിൽ എഡ്ലീനയുടെ മനസ്സ് മാമച്ചന്റെ ബംഗ്ലാവിലേക്ക് മടങ്ങി. ഏത് പാതിരക്കും മാമച്ചന്റെ നായ്ക്കൾ തിരച്ചറിഞ്ഞ് വാലാട്ടുന്ന മണമായിരുന്നു അമ്പാടി ഓട്ടോയുടേത്. പച്ചയിറച്ചിയുടെയും ഡീസലിന്റെയും കൂടി കുഴഞ്ഞ ആ ഗന്ധം ഗേറ്റിങ്കലെത്തിയപ്പോഴേ അവരവിടേക്ക് കുതിച്ചെത്തി കഴിഞ്ഞിരുന്നു, ഓട്ടോയിൽ നിന്ന് നീട്ടിയെറിഞ്ഞ ഇറച്ചി തുണ്ടം ചവച്ചിറക്കിയ മുറക്ക് ഇരുവരും മയക്കത്തിലാഴ്ന്നു. കൈലി മാത്രമുടുത്ത് ഒരു കറുത്ത ഉടൽ മതിലിലൂടെ നടന്ന് മട്ടുപ്പാവിലേക്ക് വലിഞ്ഞ് കയറി ചില്ല് വാതിൽ തുറന്ന് അകത്തേക്ക് കടന്നതിനു പിന്നാലെ, അമ്പാടിയുടെ പിന്നിൽ നിന്നുമിറങ്ങി പൊന്നൻ മിന്നൽ വേഗത്തിൽ സൂസിയുടെ അടുത്തെത്തി. ലാലിച്ചൻ ഇല്ലാത്ത രാത്രികളിലും കൂട്ടിലുറങ്ങാൻ സൂസി നിർബന്ധിതയായതു മുതൽക്ക് മട്ടുപ്പാവിലേക്ക് തുറക്കുന്ന ആ ചില്ല് വാതിൽ എഡ്ലീന ചാരുകയേ ചെയ്യുമായിരുന്നുള്ളൂ, കുറ്റിയിടുമായിരുന്നില്ല. പെട്ടെന്ന്, എഡ്ലീനയുടെ വിചാരത്തെ മുറിച്ച് പടിഞ്ഞാറ് നിന്നൊരു ഈറൻ കാറ്റ് വീശി, കാറ്റിനൊപ്പം പാറി വന്ന വെടിമരുന്നിന്റെ ഗന്ധം എഡ്ലീന ആഴത്തിൽ ശ്വസിച്ചു, ആ നേരത്ത് ഏഴ് മാസം പ്രായമായൊരു ആൺ ജീവൻ അവളുടെ ഉദരത്തിനുള്ളിൽ ഒന്ന് തിരിഞ്ഞ് കിടന്നു, ഒരു സീൽക്കാരത്തോടെ എഡ്ലീന നിറവയർ താങ്ങി എഴുന്നേറ്റു.

നീലോല്പലമിഴി

ആദ്യം നിശിതമായി വെറുക്കുന്നതെന്തും വഴിയേ പ്രിയങ്കരമായി തീരുക എനിക്ക് ശീലമാണ്, 'നീലോല്പലമിഴി'യും അങ്ങനെ തന്നെയായിരുന്നു, കേട്ടപ്പോഴേ വെറുത്ത് പോയതാണെങ്കിലും, ഇടയ്ക്കിടക്ക് അതെന്നെ തേടി വന്നു. ഉച്ച കഴിഞ്ഞ് അവസാന രണ്ടവ്വർ ഇല്ലായിരുന്ന അന്ന്, കിട്ടിയ ബസ്സിന് കയറി ഞാൻ സ്റ്റാൻഡിലെത്തിയതാണ്, അപ്പോഴുണ്ട്, സ്റ്റേഷൻ മാസ്റ്റർ ഓഫീസിനു മുന്നിലെ സമര പന്തലിൽ നിന്നും ആ റെക്കോർഡ് കേൾക്കുന്നു.. "നീലോല്പലമിഴി, നീലോല്പലമിഴി നീ മാത്രം എന്തിനുറങ്ങി...", അത്രയുമായപ്പോഴെ ബസ് നീങ്ങി തുടങ്ങി..

ഈ മിഴി എനിക്ക് പിന്നാലെ കൂടീട്ട് കുറച്ചുകാലമായി, ഒരു വൈകുന്നേരം രണ്ട് പെഗ്ഗ് അടിച്ചു കഴിഞ്ഞാലുള്ള അച്ഛന്റെ സോദ്ദോഹാരണ പ്രസംഗത്തിനിടയിലാണ് ആദ്യമായി അത് വന്ന് വീണത്, "പാരിജാതം തിരുമിഴി തുറന്നു.. പവിഴ മുന്തിരി പൂത്തു വിടർന്നു... നീലോല്പല മിഴി, നീലോല്പമിഴി...; ഒട്ടും മേദസ്സ് ഇല്ലാതെ ഒരു രൂപകത്തെ നിർമ്മിച്ചിട്ടുള്ളത് നോക്ക്, പാട്ടെഴുത്ത് അങ്ങനെയാ വേണ്ടത്, അല്ലാതെ..." അച്ഛൻ ശ്രീകുമാരൻതമ്പിയെ ചൊല്ലി ആവേശം കൊണ്ടു. സാധാരണ ആ ഗീർവ്വാണത്തിനു മുന്നിലിരുന്ന് മയങ്ങാറാണ് പതിവെങ്കിലും, പിരീയിഡ്സിന്റെ അസ്വസ്ഥതയായതിനാലാകാം അന്ന് മയക്കവും വന്നില്ല. "ഓ, ഞങ്ങളതിന് 'പൂച്ചകണ്ണ്' എന്നാ പറയാറ്" എന്ന് പറഞ്ഞ് ആ

വൈകുന്നേര സെഷൻ തന്നെ ഒടിച്ച മടക്കി കൈയ്യിൽ കൊടുത്ത് ഞാൻ കിടന്നു, വേദന പതിയെ അയഞ്ഞ് ഒന്നു മയക്കം പിടിച്ച് വന്നപ്പോഴാണ് അത് വീണ്ടും വന്നത്, ആ നശിച്ച 'മിഴി', അതെന്റെ കൂടെ പോന്ന മട്ടുണ്ട്, "നീലോല്പലമീഴി"... എടുത്ത് തിരിച്ചും മറിച്ചും നോക്കി,.. കുന്തം!.. എനിക്ക് ചെടിച്ചു, വലിച്ചെറിഞ്ഞ് ലൈറ്റ് ഓഫ് ചെയ്യുറങ്ങി.

ഉറക്കത്തിനിടെ അത് വീണ്ടും വന്നു, ദീപുമാമൻ ആദ്യമായി ലീവിന് വന്നപ്പോൾ കൊണ്ട് തന്ന ഇറ്റാലിയിൻ സ്ഫടിക പാവയെ സ്വപ്നം കണ്ടതാണ് തുടക്കം. അതിന്റെ നിശ്ചലമെങ്കിലും ആർദ്ര ങ്ങളായ നീല കണ്ണുകൾ, വടിവൊത്ത ഉടൽ, ഇറുകിയ അരക്കെട്ട്, സ്ഫടിക മേനി എല്ലാം സ്പഷ്ടമാണ്. സ്വപ്നത്തിൽ ളുവെള്ള കമ്പിളി വിരിച്ച മെത്തമേൽ അവളുടെ നെറുകിൽ ഒരു കാമുകൻ ചുമ്പിക്കുന്നു, അവന്റേതും നീല കൃഷ്ണമണികളായിരുന്നു. ചുംബനമേറ്റ് ആ സ്ഫടിക സുന്ദരിക്ക് ജീവൻ വെയ്ക്കുന്നു, അവന്റെ അരക്കെട്ടിൽ ചുറ്റിപിടിച്ച് വിശാലമായ ഹാളിൽ അവൾ നൃത്തം ചവിട്ടുന്നു. പശ്ചാത്തല ത്തിൽ കേട്ടത് ഫ്ലെമെങ്ഗോ ആയിരുന്നോ? ചുവടുകളുടെ ചടുല ക്രമത്തിൽ-താളത്തിൽ ആവർത്തിച്ചാവർത്തിച്ച്- കേട്ട ആ ഈരടി, അതെന്നെ ചിരിപ്പിച്ചു,

'നീ...ലോ...ല്പല... മിഴി...

നീലോ...ല്പല... മിഴി...', (കാലം മുറുകുകയാണ്).

ഇപ്പോൾ അർദ്ധവൃത്താകൃതിയിൽ ആടി ഉലയുന്ന അവളുടെ സ്ഫടിക ഉടൽ ഒരു പെയ്ന്റിംഗ് സ്ട്രോക്ക് പോലെ മാത്രമെ കാണാവൂ, തെളിഞ്ഞു കാണാവുന്ന അവന്റെ ഉടലാകട്ടെ ദ്രുതഗതിയിൽ അനായാസം ചതുരത്തിലാടുന്നുമുണ്ട്, സുതാര്യമായൊരു വെളുത്ത പടലം അവനെ വലയം ചെയ്യുന്നു, അത് അവളാണ്. ദ്രുതവേഗ ചലനത്തിനിടയിലും അവന്റെ മുഖത്ത് ശാന്തമായ ചിരി, കണ്ണുക ളിൽ പ്രണയത്തിള. ആ നീല കണ്ണുകൾ എന്നെ വലം വെയ്ക്കുന്നു, ഹോ! തലചുറ്റുന്നു... കാഴ്ച്ച ചുഴിഞ്ഞ്, ചുഴിഞ്ഞ് നിലത്തു വീഴുമെന്ന് തോന്നുന്നു. വലത്തെ നെറ്റിയിൽ കണ്ണിനു മുകൾ ഭാഗം എവിടെയോ ചെന്നലച്ചു, ഞാൻ ഞെട്ടിയുണർന്നു.

പിറ്റേന്ന് തന്നെ ഞാനാ സ്ഫടിക പാവ തപ്പിയെടുത്തു, മുറിയിലെ കോൺക്രീറ്റ് ബെർത്തിൽ കെ.ജിയിലോ മറ്റോ ഉപയോഗിച്ചിരുന്ന ഒരു പ്ലാസ്റ്റിക് ബോക്സിൽ മാറാല പിടിച്ച് അത് കിടപ്പുണ്ടായിരു ന്നു. അതിന്റെ തല ഭാഗം വലത്തെ കണ്ണിനോട് ചേർന്ന് മുകളിലേക്ക്

ചീന്തി പോയിരുന്നു, അതിപ്പോൾ ഒരു കത്തിമുന പോലെ കൂർത്തിരിപ്പുണ്ട്. പക്ഷേ രണ്ട് കണ്ണുകളും അങ്ങനെതന്നെയുണ്ട്. "പാവം നീലോല്പലമിഴി... സുന്ദരി". നനഞ്ഞ ടവ്വൽ കൊണ്ട് തുടച്ച് വൃത്തിയാക്കി, അവളെ ഞാനന്ന് മേശപ്പുറത്തെ സ്പീക്കർ ബോക്സിനു മുകളിലായി എടുത്ത് വെച്ചു.

ചെറിയൊരു ഇടവേളക്ക് ശേഷമിപ്പോൾ ബസ് സ്റ്റാൻഡിലെ ആ സമരപന്തലിൽ നിന്ന് അത് ദേ, പിന്നെയും പിറകെ കൂടിയിരിക്കുന്നു! ബസ്സിറങ്ങി വേഗത്തിൽ വീടെത്തി ഡ്രസ്സ് പോലും മാറാതെ ബെഡ്ഡിലേക്ക് ചാടി, വെറുതെ കിടക്കുമ്പോൾ, ആ സിനിമാപാട്ടിന്റെ ഈണത്തിൽ അതെനിക്ക് തികട്ടി വന്നു, ആ രണ്ടു വരികൾ- നീലോല്പലമിഴി... നീലോല്പലമിഴി... നീ മാത്രമെന്തിനുറങ്ങി... ആദ്യം ചിരി വന്നു, പിന്നാലെ ഈർഷ്യയും. എഴുന്നേറ്റ് മേലുകഴുകുമ്പോൾ ആ ശല്യം വീണ്ടും വന്നു, അതൊന്നു വായിൽ നിന്നൊഴിവാക്കാൻ തലവഴി രണ്ട് കപ്പ് വെള്ളം കോരി ഒഴിച്ചു; പിന്നെ ആ നേരം പതിവുള്ളതല്ലാത്ത പല്ലു തേയ്പ്പും നടത്തി.

പിറ്റേന്ന് ക്ലാസില്ലായിരുന്നു, പകൽ എച്ച്.ബി.ഓയിൽ ഒരു മൂവി കണ്ടു, - 'ദ് ഓൾഡ് സാർജന്റ്സ് ലവ്' - എൺപതുകാരനായ ഒരു റിട്ടയേർഡ് സൈനികനെ പ്രണയിക്കുന്ന പത്തൊമ്പതുകാരിയുടെ കഥ. പടത്തിലെ നായിക എന്നെ പെടുത്തികളഞ്ഞു, സുന്ദരി, നീലമിഴി!, അവളെ നോക്കിയിരുന്നു പോയി. അവളുടെ നീല കണ്ണുകളെ ചുംബിച്ച ആ കിഴവൻ സൈനികന്റെ ചുണ്ടുകളോട് വല്ലാത്ത അസൂയ തോന്നി. ചെറിയ അക്ഷരത്തിൽ വേഗത്തിൽ സ്ക്രോൾ ചെയ്തു പോയ സിനിമയുടെ എൻഡ് ടൈറ്റിൽ വായിച്ചെടുക്കാൻ ഞാൻ ശ്രമിച്ചെങ്കിലും നടിയുടെയോ, സംവിധായകന്റെയോ പേരുകൾ കണ്ണിൽ കിട്ടിയില്ല. നടിയുടെ പേര് പിന്നീട് ഞാൻ ഗൂഗിൾ സെർച്ച് ചെയ്തു, അത്ര പ്രശസ്തയൊന്നുമല്ലെന്നു തോന്നുന്നു, കുറെനേരം തിരഞ്ഞാണ് കിട്ടിയത് -ദ്യേബ്ര ഹസ്കിലി. ദ്യേബ്രയെ പരതി പരതി പോകും നേരം നെറ്റ് നിറയെ നീല കണ്ണുള്ള സുന്ദരന്മാരും സുന്ദരികളും!, അഞ്ചലീന ജോളി, ഡയാന, ഡി കാപ്രിയോ, മഡോണ, റോബോർട്ടോ ബാജിയോ, എലിസബത്ത് ടെയ്ലർ, ബ്രാഡ് പിറ്റ്, ടോം ക്രൂയിസ് പിന്നെ ഐശ്വര്യയും.. നീലകണ്ണന്മാരും, കണ്ണികളും എക്കാലവും എന്റെ ഫേവറേറ്റുകളായിരുന്നല്ലോ എന്നൊരു കൗതുകം പെട്ടെന്ന് തോന്നി.

നീല കണ്ണുകളോടുള്ള എന്റെ ഒബ്സഷന്റെ തുടക്കം എവിടുന്നാകും? എനിക്ക് ഓർത്തെടുക്കാവുന്ന വിദൂരതയിലുള്ളത്, വലം കാല് പൊക്കി താളത്തിൽ നിലത്തലയ്ക്കുന്ന, ചെമ്പൻ മുടി വാരി പിന്നിൽ കെട്ടിയ, നുണക്കുഴി കവിളുള്ള ആ റെസ്ലറുടെ രൂപമാണ്- ഷോൺ മൈക്കിൾസ്- അങ്ങേരുടെ ആഴമുള്ള നീലച്ച കണ്ണും, പരന്ന മാറും, കടലല പോലെ വരവീണ് കിടപ്പുള്ള വിടർന്ന നെറ്റിയും എനിക്ക് ഹരമായിരുന്നു. എവിടെയൊക്കെയോ അയാളും അച്ഛനും തമ്മിൽ വല്ലാത്ത സാമ്യത എനിക്ക് മാത്രം തോന്നിയിരുന്നു (വേറൊരാളും അത് അംഗീകരിച്ചിട്ടില്ല). അച്ഛന് പക്ഷേ തവിട്ട് നിറുമുള്ള കണ്ണുകളായിരുന്നു, നെറ്റിക്കു താഴെ രണ്ട് ഗർത്തങ്ങളിൽ പെട്ട പോലുള്ള ആ കണ്ണുകളിൽ എപ്പോഴും ദൈന്യഭാവമായിരുന്നു. വികാരപ്പെടുന്ന അപൂർവ്വസന്ദർഭങ്ങളിലും, ഒന്നു രണ്ട് പെഗ്ഗകത്താക്കി ആകെ തളിർക്കുന്ന നേരത്തും അച്ചന്റെ കണ്ണുകളിൽ നീര് തളം കെട്ടും, ആ നേരം "ആരെങ്കിലുമൊന്നു കരകേറ്റ്" എന്ന് കേഴുന്ന ഭാവമായിരിക്കും നീളത്തിൽ അങ്ങുമിങ്ങും മിന്നുന്ന ആ തവിട്ട് ഗോട്ടികൾക്ക്.

ഇവരുടേതൊന്നുമല്ല, ദീപു മാമന്റെ ആ സ്ഫടിക പാവയുടെതായിരുന്നു എനിക്ക് ഓർത്തെടുക്കാവുന്ന ആദ്യത്തെ നീല മിഴികൾ. ഫോറിൻ മണമുള്ള പെട്ടികളും, സമ്മാനങ്ങളുമായി ആണ്ടിൽ രണ്ട് വട്ടം വരാറുള്ള അമ്മയുടെ ഇളയ ആങ്ങള ദീപുമാമൻ ആയിരുന്നു ചെറുതിലെ എന്റെ വലിയ പ്രലോഭനം. ദീപുമാമന് മുന്നിൽ സ്മാർട്ട് ആകാൻ ഞാനും, ഏത് ചെറിയ സന്ദർഭത്തിലും എന്റെ പരിശ്രമങ്ങളെ കണ്ടറിഞ്ഞ് പ്രോഹത്സാഹിക്കാൻ അങ്ങേരും ഉത്സാഹിച്ചിരുന്നു. പെറ്റി കോട്ടിട്ട് ചിലച്ച് നടക്കുമായിരുന്ന എന്നെ കോരിയെടുത്ത് ദീപു മാമൻ വായിൽ ഉമ്മ വെയ്ക്കുമായിരുന്നു. മീശ ഉരയുമ്പോൾ എനിക്ക് മേൽ ചുണ്ടിനു മീതേ ഇക്കിളി വരുമായിരുന്നു. ദീപുമാമന്റെ നിശ്വാസത്തിലെ ചൂട് തട്ടുമ്പോൾ മേലാകെ തരിക്കും, ഷേവിംഗ് ലോഷന്റെയും, ചൂയിംഗ് ഗമ്മിന്റെയും മണം, മറ്റാരും എന്നെ അങ്ങനെ ഉമ്മ വെച്ചിട്ടില്ല. ഉച്ചയുറങ്ങാൻ കിടക്കുന്ന നേരത്ത് മാമൻ എന്നെ തെരുതെരെ ചുംബിക്കുമായിരുന്നു. അപർണ്ണാന്റി വന്നതിൽ പിന്നത് നിന്ന് പോയി. കൊല്ലങ്ങൾ കഴിഞ്ഞ്- പത്താം ക്ലാസ് വെക്കേഷന്- തീയേറ്ററിൽ സിനിമ കാണുന്നതിനിടെ എന്റെ മടിയിലിരുന്ന മാമന്റെ മോൻ വിച്ചുവും, അപ്പുറമിരുന്ന അപർണ്ണാന്റിയും, അമ്മയും കാണാതെ അങ്ങേരെന്റെ വായിൽ ഉമ്മ വെച്ചു, എനിക്ക് ഓക്കാനം വന്നു. ദീപുമാമന്റേത് നീല കണ്ണുകളായിരുന്നോ?...ഏയ്..

അല്ലാ, പക്ഷേ വിച്ചുവിന്റെ കണ്ണുകൾക്ക് ഒരു ചെമ്പൻ ഛായ ഉണ്ടാ യിരുന്നു, ഇരുട്ടിൽ അവന്റെ കണ്ണുകളിൽ റിഫ്ലക്ടറുകൾ ഘടിപ്പിച്ചി ട്ടുള്ളത് പോലെ തോന്നും. അത് അപർണ്ണാന്റിയുടെ പാരമ്പര്യമാകും, ചെക്കന്റെ വിയർപ്പിനുമുണ്ട് ഒരു നോർത്തിന്ത്യൻ ചാട്ട് മസാലയുടെ മണം. അത് പറയുമ്പോൾ അവൻ തിരിച്ച് കൊത്തും "ചേച്ചീടെ കക്ഷത്തിന് ചക്കപ്പഴത്തിന്റെ മണമാ".

പതുക്കെ, പതുക്കെ അവളുമായി ഞാനിണങ്ങി തുടങ്ങി, സ്വപ്ന ത്തിലെ ആ ഫ്ലെമെംഗോയുടെ മീറ്ററിൽ അറിയാതെ ഞാൻ നീ... ലോ..ല്പല..മി..ഴി ചൊല്ലാൻ തുടങ്ങി, കുറിയ ചുവടുകൾ വെച്ച് തുടങ്ങി, വാസ്തവത്തിൽ ആ അളിഞ്ഞ സിനിമാപ്പാട്ടിന്റെ ഉടുപ്പൂരിയ മുതൽക്ക് അവളെ എനിക്ക് ബോധിച്ച് തുടങ്ങി. അങ്ങനെയൊരു ദിവസം വീട്ടി ലിരുന്ന് ടിവി കണ്ട് തീർക്കുന്നതിനിടെയാണ് vegam nokku ninte kakshiyaa##** എന്നൊരു മുഖവുരയോടെ ഒരു ലിങ്ക് സുജ വാട്സ്പ്പ് ചെയ്തു തന്നത്. മെസ്സേജ്ജിലെ ലിങ്ക് തുറന്നു നോക്കി, വാഷിംഗ്ടൺ ഡെവിൾ എന്നൊരു ടാബ്ലോയ്ഡിന്റെ പഴയ ഒരു കട്ടിംഗ് ആരോ ഫേയ്സ് ബുക്കിൽ പോസ്റ്റ് ചെയതതാണ്. 1986 സപ്തംബറിൽ യു.എ സ്സിലെ ഹ്യൂസറ്റണിൽ ടി.വി. അവതാരകയും, സിനിമാ നടിയുമായ ദ്യേബ്രാ ഹസ്കലിയെ കൊലപാതക കുറ്റത്തിന് അറസ്റ്റ് ചെയ്തു എന്ന വാർത്ത, വാർത്തയോടൊപ്പം ഫോട്ടോയൊന്നുമില്ല. ('ഓൾഡ് സാർജന്റസ് ലൌ' എന്ന സിനിമയെ പറ്റിയും അതിലെ ദ്യേബ്ര എന്ന സുന്ദരിയെ കുറിച്ചും അനുവിനോടും സുജയോടും ഞാൻ നേരത്തെ പറഞ്ഞിരുന്നു). 'ithu ente dyebra aanennu ninnodaradi mattavale paranjathu****##" എന്നൊരു ടെക്സ്റ്റ് തിരിച്ചയയ്ക്കാനാ ആദ്യം തോന്നിയത്, ഫോൺ അൺലോക്ക് ചെയ്യുന്നതിനിടെ പക്ഷേ വേറൊന്ന് തോന്നി.

സിനിമയുടെ റിലീസിംഗ് വർഷം കണ്ടെത്തിയാൽ, ഇത് അതേ ദ്യേബ്രയാണോയെന്ന് ഊഹിക്കാനെങ്കിലും കഴിയും. സെർച്ച് ചെയ്ത് നോക്കി, ഏറെ പണിപെട്ടു, ഒടുക്കം ഹോളിവുഡ് ട്രാഷ് എന്നൊരു സൈറ്റിൽ നിന്നും സംഗതി പൊക്കി. രസകരമായ സൈറ്റ്, ഹോളിവുഡിൽ പൊളിഞ്ഞതും റിലീസ് നടക്കാത്തതുമായ നൂറു കണക്കിന് സിനിമകളുടെ സ്റ്റോറി ലൈനും, ക്രൂ ലിസ്റ്റുമെല്ലാം പ്രൊവൈഡ് ചെയ്യുന്ന സൈറ്റ്. 'പൊളിഞ്ഞവ മാത്രം' അത് കലക്കി, ഏതോ വട്ടന്മാരുടെ പണിയാണ്. അതിൻപ്രകാരം 'ഓൾ സാർജ ന്റ്സ് ലൌ' 1985 റിലീസാണ്, 1 മണിക്കൂർ 35 മിനിറ്റ് ദൈർഘ്യം,

ബ്ലൂ മിറാക്കിൾ എന്നാണ് പ്രൊഡക്ഷൻസിന്റെ പേര്, കഥയും സംവിധാനവും ക്രിസ് ജോൺസ്, സ്ക്രീൻ പ്ലേ- എലീന ക്രിസ്റ്റോഫ്. ('എലീന ക്രിസ്റ്റോഫ്'- അപ്പോഴും തോന്നിയിരുന്ന സംശയം, ഈ പേര് കേട്ടിട്ടുണ്ട്- മുൻപ്, പക്ഷേ ഓർത്തെടുക്കാനാകുന്നില്ല), പ്രധാന കഥാപാത്രങ്ങളെ അവതരിപ്പിച്ചിട്ടുള്ളത് ബാരങ് റൊഡൻസ്കി യും, ദ്യേബ്രാ ഹ്ക്സിലിയും (ശരിയാണ് ആ സാർജെന്റിന് ഒരു കിഴക്കൻ യൂറോപ്യൻ ലുക്ക് ഉണ്ടായിരുന്നു). സിനിമയെ കുറിച്ച് അന്ന് പല കോണുകളിൽ നിന്നും നല്ല അഭിപ്രായങ്ങൾ വന്നിരുന്നെങ്കിലും ബോക്സ് ഓഫീസിൽ പരാജയപ്പെട്ടു. സെന്റർ കാസ്റ്റുകളുടെ പെർഫോമിംഗിനെ പറ്റി സൈറ്റിലെ റിവ്യൂവിൽ തന്നെ മികച്ചതെന്ന് പറയുന്നുണ്ടെങ്കിലും, സിനിമയുടെ സാമ്പത്തിക പരാജയത്തിന്റെ പ്രധാന കാരണം ഇരുവരും സ്റ്റാർ വാല്യൂ ഇല്ലാത്തവരായതാണെന്നും കാണുന്നു!

വാഷിങ്ടൺ ഡെവിൾസിൽ പറയുന്ന ദ്യേബ്രയും ഈ ദ്യേബ്രയും ഒന്നുതന്നെയെങ്കിൽ, 85ലെ ആ സിനിമയ്ക്കു ശേഷം തൊട്ടടുത്ത വർഷമാകും ഈ നടി അറസ്റ്റിലായത്. ആ റിപ്പോർട്ട് പ്രകാരം അമിത വേഗത്തിൽ വാഹനമോടിച്ചതിന് ദ്യേബ്ര പോലീസ് പിടിയിലാകുകയും പരിശോധനയിൽ ഡ്രഗ്ഗ് ഉപയോഗിച്ചതായി കണ്ടെത്തുകയുമായിരുന്നു. പിന്നീട് ദ്യേബ്ര അറസ്റ്റിലായ വിവരം ഏതോ പ്രാദേശിക പത്രത്തിൽ റിപ്പോർട്ട് ചെയ്തത് കണ്ട് ഒരു പതിന്നാലുകാരന്റെ രക്ഷിതാക്കൾ പോലീസിൽ നേരിട്ടെത്തി പരാതിപ്പെടുകയായിരുന്നു. രക്ഷിതാക്കാളുടെ മൊഴി പ്രകാരം ചൈൽഡ് സെക്സ് അബ്യൂസ്സിനും, മാൻ മിസ്സിംഗിനും, പിന്നീട് മർഡറിനും പോലീസ് കേസ്സെടുക്കുകയായിരുന്നു. അങ്ങനെയെങ്കിൽ കേവലം ഒരു കൊല്ലത്തെ ദൈർഘ്യം മാത്രമുള്ള ദ്യേബ്രയുടെ കരിയർ തന്നെ മിക്കപ്പോഴും അവിടം കൊണ്ട് നിലച്ചിരിക്കാം. അവരെ കുറിച്ച് കൂടുതലൊന്നും ഇന്റർനെറ്റിനു പോലും പറയാനില്ലാത്തതും അതുകൊണ്ടായിരിക്കാം. എന്നാലും ഇത്രയും പ്രമാദമായ ഒരു ഹോളിവുഡ് ക്രൈമിനെ പറ്റി പിന്നീടൊന്നും അറിയാൻ കഴിയാത്തത് എന്തു കൊണ്ടാകും? ദ്യേബ്രയുടെ മേൽ ചുമത്തിയ കുറ്റം പിന്നീട് തെളിയക്കപ്പെട്ടോ?, അവൾ ശിക്ഷയനുഭവിച്ചോ? തുടങ്ങിയ ആശങ്കകൾ എന്നിൽ കുമിയാൻ തുടങ്ങി.

ഓൾഡ് സാർജന്റ്സ് ലൌവിന്റെ തുടക്കത്തിലെ പത്ത് പന്ത്രണ്ട് മിനിറ്റുകൾ എനിക്ക് മിസ്സായിരുന്നു, കഥയിലെ സാർജന്റിന്

വിയറ്റ്നാം യുദ്ധവുമായുള്ള കണക്ഷനൊക്കെ പറയുന്ന ഭാഗം ഞാൻ കണ്ടിട്ടില്ല. സൈന്യത്തിൽ നിന്നു വിരമിച്ച് വന്ന സാർജന്റ് ഒരു കൌമാരക്കാരിയെ ദത്തെടുക്കുന്ന മുതൽക്കാണ് ഞാൻ കാണുന്നത്. ഒരു തടിച്ച സ്ത്രീയോടൊപ്പം സാർജന്റിന്റെ വീട്ടിലേക്ക് വന്ന വെളുത്ത് മെലിഞ്ഞ രൂപം ആദ്യ കാഴ്ചയിൽ എനിക്കിഷ്ടപ്പെട്ടില്ല. ഒരു 'തനി മദ്ദാമ്മ കുഞ്ഞ്'' എന്നേ തോന്നിയുള്ളു. എട്ടും പൊട്ടും തിരിയാത്ത പ്രകൃതമാണ് അവളുടേതെന്ന് വരുത്തി തീർക്കാനെന്ന പോലെ ആദ്യ രംഗങ്ങളിൽ കാട്ടി കൂട്ടുന്നതൊക്കെ പരബോറും. പക്ഷേ- ഒറ്റപ്പെട്ട ഒരു ബംഗ്ലാവും, ആ വൃദ്ധനും, അവളും- ഏതു വിധത്തിലും വികസിക്കാവുന്ന സിനിമയുടെ കഥാപരമായ സാധ്യത എന്നെ പിടിച്ചിരുത്തി.

പിന്നീടാണ് ആ മാജിക്ക് സംഭവിക്കുന്നത്, നേരത്തെ കണ്ട ആ വെളുത്ത് കൊലുന്നനെയുള്ള പെൺകുഞ്ഞിൽ നിന്നും സുന്ദരി ദ്യേബ്ര രൂപപ്പെടുന്നു! അത് തകർത്തു, അതേ നടി, അവൾ പക്ഷേ പുതുമഴയത്തെ മരത്തഴപ്പ് പോലെ, അവളിൽ നിന്നു തന്നെ വേറൊരു സുന്ദരീരൂപത്തെ പുറത്തെടുക്കുന്നു. (ആദ്യം ദ്യേബ്ര അവളായി തന്നെ അഭിനയിച്ച ശേഷം ഈ കുമാരിയാകാൻ വേണ്ടി രണ്ട് മാസം പട്ടിണി കിടന്നുവെന്ന്, ഹോളീവുഡ് ട്രാഷിലെ റിവ്യൂ പറയുന്നു), ഏതു തന്നെ ആയാലും ആ മേയ്ക്ക് ഓവർ എനിക്കിഷ്ടപ്പെട്ടു.

പിന്നീട് പൊട്ടൻ കളിയൊക്കെ വിട്ട്, ദ്യേബ്ര അവളിലെ കൂർമ്മബുദ്ധി പുറത്തെടുത്ത ആദ്യ സന്ദർഭത്തിൽ തന്നെ ഞാൻ ആ കഥാപാത്രവുമായി താദാത്മ്യപ്പെട്ടു. വൃദ്ധൻ സാർജന്റിനെ അവൾ പ്രണയത്തിൽപെടുത്തി, അനുരാഗത്തിനടിപ്പെട്ട കിഴവനാകട്ടെ ശൌര്യവും കാർക്കശ്യവുമൊക്കെ നഷ്ടപ്പെട്ട തനി കാമുകനായി. അയാളുമായി രതിയിലേർപ്പെടുന്നതിന് ദ്യേബ്ര കണ്ടെത്തിയ ഉപായം, കിഴവന്റെ സ്വർണ്ണ നിറത്തിലുള്ള മൂക്കുപ്പൊടി ഡബ്ബയിൽ നിന്നും ഒരു നുള്ളെടുത്ത് (ഇറക്കുമതി ചെയ്യുന്ന മുന്തിയ തരം കൊളംബിയൻ പുകയില പൊടിയാണത്) ആഞ്ഞ് വലിക്കുകയായിരുന്നു, ലഹരിയിൽ, പാതി ബോധത്തിൽ അവൾ ആസ്വദിച്ച് സെക്സ് ചെയ്യും. പുകയിലയുടെ ലഹരിയിൽ അവളിൽ മായ കാഴ്ചകൾ ഉണരും (സംവിധായകൻ ആ വിഷ്വലുകൾക്ക് സ്വർണ്ണ തരിയുടെ ടെക്സ്ച്ചറാണ് കൊടുത്തത്) കിഴവനുമായി സെക്സ് ചെയ്യുന്ന നേരം തന്റെ കൌമാര രതിവേഴ്ചകളുടെ സ്മരണകളിലൊന്നിൽ അവൾ മുഴുകും. സാർജന്റിനാകട്ടെ വേഴ്ചകളോരോന്നും തന്റെ പ്രായത്തോടും, ആരോഗ്യത്തോടുമുള്ള പടവെട്ടലായി. സാമാന്യം ദീർഘിച്ച ഒരു വേഴ്ചയ്ക്കൊടുവിൽ

എന്താണ് നീ എന്നിൽ ഏറ്റവും ആസ്വദിക്കുന്നതെന്ന സാർജെന്റിന്റെ ചോദ്യത്തോട് നീളത്തിൽ പൊട്ടിചിരിച്ച് ദ്യേബ്ര നൽകുന്ന മറുപടി "ഗർഭിണിയാകുമോ എന്ന നേരിയ ഭയം പോലും വേണ്ടാതെ ചെയ്യാല്ലോ"! എന്നാണ്.

തെക്കെ അമേരിക്കയിൽ ആഭ്യന്തര കലാപം മൂർച്ഛിച്ചതിനെ തുടർന്ന് ആ വിശേഷപ്പെട്ട പുകയില പൊടിയുടെ സപ്ലൈ നിലയ്ക്കുന്നതോടെ ദ്യേബ്രയും സാർജന്റുമായുള്ള സെക്സ് റിലേഷന് വിഘാതം സംഭവിക്കുന്നുണ്ട്. സവിശേഷപ്പെട്ട ആ കൊളംബിയൻ സ്റ്റഫിനു പകരം പലതും ദ്യേബ്ര പരീക്ഷിക്കുന്നുണ്ടെങ്കിലും, പരാജയപ്പെടുന്നു. ലഹരിയുടെ സഹായമില്ലാതെ തണുത്തുറഞ്ഞ ആ വൃദ്ധദേഹത്തോട് ഇണ ചേരാൻ അവൾക്ക് പറ്റുമായിരുന്നുമില്ല. ദ്യേബ്രയിൽ സംശയം തോന്നി തുടങ്ങിയ സാർജന്റ് കൂടുതൽ കൂടുതൽ ദുർബ്ബലനാകുന്നു. ശരീരവും സമ്പത്തുമൊക്കെ ദ്യേബ്രയ്ക്ക് നൽകി കഴിഞ്ഞൊരിക്കൽ, "എന്റെ കാലം കഴിഞ്ഞ് നീ ഈ ബംഗ്ലാവ് എന്തു ചെയ്യും?" എന്ന അയാളുടെ ചോദ്യത്തിന്, ലാഘവപൂർവ്വം "ഇതൊരു സവിശേഷതകളുള്ള ബ്രോത്തൽ ആക്കി മാറ്റും, ശരീരം മാത്രമല്ല പണത്തിനു പ്രണയവും വില്പനയ്ക്കുള്ള വീട്, അതിസമ്പന്നർ പ്രവേശനത്തിനായി ക്യൂ നിൽക്കുന്ന ഒന്ന്'" എന്ന് അവൾ മറുപടി പറയുന്നു. അത് കേട്ട് അമ്പരന്ന വൃദ്ധനെ നെറുകയിൽ ചുംബിച്ച്, "ഭയപ്പെടേണ്ട നിങ്ങളുടെ കാലം കഴിഞ്ഞ് മാത്രം" എന്ന് അവൾ സാന്ത്വനിപ്പിക്കുന്നുമുണ്ട്.

വൃദ്ധനോടുള്ള അനുതാപവും നന്ദിയും കൊണ്ട് അങ്ങനെ പറഞ്ഞെങ്കിലും, ശയ്യാവലംബിയായി തീർന്ന അയാൾ ജീവിച്ചിരിക്കെ തന്നെ ദ്യേബ്ര തന്റെ പുതിയ കാമുകനുമായി,- പള്ളി വികാരിയുടെ പതിനാലുകാരൻ മകൻ- ആ ബംഗ്ലാവിൽ രമിക്കുന്നുണ്ട്. വൃദ്ധൻ സാർജന്റ് ഇതേ കുറിച്ച് മനസ്സിലാക്കി എന്ന് അറിയുന്ന രാത്രിയിൽ അയാൾക്കെടുത്ത് വിഴുങ്ങാൻ പാകത്തിന് ഉറക്ക ഗുളികയുടെ ടിൻ കിടക്കയ്ക്കരികിൽ ഒരുക്കിവെച്ച് ദ്യേബ്ര അവളുടെ കിടപ്പറയിലേക്ക് നീങ്ങുന്നു. ആ രാത്രിയിലെ വേഴ്ചയിൽ തന്റെ ഉടലിനു മീതെ പതിനാലിന്റെ വീര്യവുമായി കാമുകന്റെ പൊള്ളുന്ന ഉടലിഴയുമ്പോഴും അവളുടെ മനസ്സ് സാർജന്റിന്റെ തണുത്തുറഞ്ഞ വൃദ്ധശരീരവുമൊത്തുള്ള രതീക്രീഢകളെ സ്വർണ്ണ തരികളുടെ ടെക്സ്ചറിൽ ഭാവന ചെയ്തു. പിറ്റേന്ന് രാവിലെ വൃദ്ധൻ സാർജന്റ് മരിച്ചു കിടന്നിരുന്നു. ദ്യേബ്ര എന്ന കാമുകിയെ പറ്റി, ദ്യേബ്രയെന്ന വിലപിടിപ്പുള്ള പ്രണയിനിയെ പറ്റി, കൂടുതലൊന്നും പറയാതെ വളരെ അബ്രപ്റ്റായാണ് സാർജന്റ്സ് ലൌ അവസാനിക്കുന്നത്.

പെട്ടെന്നാണ് ഞാനതോർത്തത്, ദ്രേബ്രയുടെ കാമുകനും ഒരു പതിനാലുകാരനായിരുന്നില്ലേ? ഇനി അവന്റെ പിതാവ്, ആ പള്ളി വികാരി ആകുമോ ദ്രേബ്രയ്ക്കെതിരെ പരാതിപെട്ടത്? അതെ, അങ്ങനെ ഒരു രംഗം മുന്നേ കണ്ട പോലെ പെട്ടെന്നെനിക്ക് മനസ്സിൽ തോന്നി, ഹോളി വുഡ് ത്രാഷ് ലോഗ് ഓൺ ചെയ്ത് ഓൾഡ് സാർജന്റസ് ലൊവിന്റെ സ്റ്റോറി ലൈൻ വീണ്ടും വായിച്ചു. ഇല്ല, അതവസാനിക്കുന്നത് സാർജന്റിന്റെ മരണത്തിലാണ്, കൂടുതലൊന്നും പറയുന്നില്ല. പക്ഷേ ആ തോന്നലൊഴിയുന്നുമില്ല, എന്റെ തോന്നൽ പോലെ പരാതിക്കാരൻ ആ വികാരി തന്നെ ആയിരുന്നു എന്നു വരികിൽ ചുരുങ്ങിയ പക്ഷം പത്തിലധികം വർഷത്തെ തടവും, ഭീമമായ പിഴയും ആയിരുന്നിരിക്കാം ദ്രേബ്രയെ കാത്തിരുന്നത്. അങ്ങനെയെങ്കിൽ മോഹഭംഗത്തിൽ നിന്നും ഉടലെടുക്കുന്ന ഒരു തരം നശിച്ച കുറ്റബോധം മൂലം, ആ സാർജന്റിനെ പോലെ ഒടുക്കം അവളും ആത്മഹത്യ ചെയ്തിട്ടുണ്ടാകാം.

1986ൽ സംഭവിച്ച ഒരു ക്രൈം എന്തിനാണ് എന്നെ ഇങ്ങനെ അസ്വസ്ഥതപ്പെടുത്തുന്നത്? 'എന്തോ തെറ്റ് ചെയ്തു' എന്ന കുറ്റബോധമാണിപ്പോൾ മനസ്സ് നിറയെ. എനിക്ക് എന്തു ചെയ്യാമായിരുന്നിട്ടാണ്? ഞാൻ വിചാരിച്ചിരുന്നെങ്കിൽ ദ്രേബ്രയെ ഈ കുരുക്കിൽ നിന്നെല്ലാം ഒഴിവാക്കാമായിരുന്നെന്നോ? 86ൽ ഞാൻ ജനിച്ചിട്ട് പോലുമില്ല! എങ്കിലും എന്തോ ഞാൻ മറച്ചുവെച്ചു എന്ന തോന്നലാണ് ഉള്ളിൽ... ദ്രേബ്രയുടെ ജീവിതത്തിന്റെ വിദൂരമല്ലാത്ത ഏതോ തിരിവിൽ ദുരന്തങ്ങൾ അവളെ കാത്തിരിപ്പുണ്ടെന്ന് എനിക്ക് നേരത്തെ, ആദ്യ കാഴ്ചയിൽ തന്നെ തോന്നിയിരുന്നോ? ചിലർ അങ്ങനെയാണ്, അവരുടെ സാമീപ്യം, എന്തിന്- അവരെ കുറിച്ചുള്ള ചിന്ത പോലും-ആസന്നമായ ദുരന്തത്തെ മുന്നറിയിച്ചു കൊണ്ടിരിക്കും. ദ്രേബ്രയുടെ കാര്യത്തിൽ എനിക്ക് പറയാനാകും അവളുടെ ആ നീല കണ്ണുകളിൽ വരാൻ പോകുന്ന പലതും പ്രതിഫലിച്ചിരുന്നു.

ദ്രേബ്രയെ കുറിച്ചുള്ള വേവലാതികൾ അങ്ങനെയൊരു അർദ്ധോക്തിയിൽ തൃപ്തിയടഞ്ഞില്ല, കൂടുതലെന്തെങ്കിലും അറിയാനായി ഞാൻ വീണ്ടും തെരഞ്ഞു കൊണ്ടേയിരുന്നു.ഒടുവിൽ 1980 അവസാനം 90കളുടെ ആദ്യം റെക്കോർഡ് ചെയ്യപ്പെട്ട ഹോളിവുഡ് ക്രൈമുകളെ പറ്റി ഹോളിവുഡ് പോലീസ് റെക്കോർഡ്സ് യൂണിറ്റിന്റെ ഔദ്യോഗിക വെബ്സൈറ്റിലെ ലൈംഗിക കുറ്റകൃത്യങ്ങളുടെ ഡാറ്റബേസ് റെക്കോർഡിൽ ഞാനത് കണ്ടെത്തി. അവിടുന്ന്

കിട്ടിയ ഒരു ലീഡിൽ നിന്നും 1992ൽ ട്രയൽ പൂർത്തിയായ ആ കൊലക്കേസ് വിധിയെ കുറിച്ചുള്ള വിവരങ്ങൾ ലഭിച്ചു. അതിൻപ്രകാരം ആ പതിന്നാലുകാരന്റെ മരണകാരണം ഇടത്തെ കഴുത്തിലെ മൂന്നര ഇഞ്ച് ആഴത്തിലുള്ള ഒരു മുറിപാടാണ്. മറ്റ് യാതൊരുവിധ ക്ഷതമോ മുറിവോ ശരീരത്തിലേറ്റതായി പോസ്റ്റ്മോർട്ടം റിപ്പോർട്ടിൽ പറയുന്നില്ല. സാഹചര്യ തെളിവുകളും, സാക്ഷി മൊഴികളും ദ്യ്രേബ്രയ്ക്ക് എതിരായിരുന്നെങ്കിലും കൃത്യനിർവ്വഹണത്തിന് പ്രതി ഉപയോഗിച്ച ആയുധമേതെന്ന് തിരിച്ചറിയുന്നതിലും, കണ്ടെത്തുന്നതിലും പ്രോസിക്യൂഷൻ പരാജയപ്പെട്ട സാഹചര്യത്തിൽ സംശയത്തിന്റെ ആനുകൂല്യം അവൾക്ക് ലഭിക്കുകയായിരുന്നുവത്രേ. മരണകാരണം കഴുത്തിലെ മൂന്നരയിഞ്ച് മുറിപ്പാടാണെങ്കിൽ അത് കത്തി പോലുള്ള ഏതെങ്കിലും ആയുധം മൂലമാകണമെന്ന് നിർബന്ധമില്ലെന്നും, മറ്റെങ്ങനെയോ സംഭവിച്ച മുറിവിൽ നിന്നും ദീർഘനേരത്തെ രക്തസ്രാവമാകാം കാരണമെന്നും പ്രതിഭാഗത്തിന് ഭംഗിയായി സമർത്ഥിക്കാൻ സാധിച്ചു, അത് ആസൂത്രിത കൊല എന്ന സാധ്യതയെ തന്നെ ദുർബ്ബലമാക്കുകയും ചെയ്തു. എന്നാൽ പ്രതിയുടെ കുറ്റസമ്മതമൊഴിയുള്ളതിനാൽ ചൈൽഡ് സെക്സ് ഒഫൻസ് നിലനിൽക്കുകയും ആയതിന് കോടതി ഏഴ് വർഷം തടവും വിധിക്കുകയായിരുന്നു, വിചാരണ കാലയളവ് തടവായി കണക്കിലെടുക്കുമ്പോൾ ഒരു വർഷം കൂടി മാത്രമേ ദ്യ്രേബ്രക്ക് ശിക്ഷ അനുഭവിക്കേണ്ടതായി വരുമായിരുന്നുള്ളു.

പിന്നീട് എന്ത്? എന്ന ചോദ്യം തന്നെ അപ്രസക്തമാകും വിധം ദ്യ്രേബ്രയെ കുറിച്ചുള്ള ആശങ്കകൾക്ക് അതോടെ അറുതിയാകാമായിരുന്നെങ്കിലും, പിന്നെയും ചോദ്യങ്ങൾ അവശേഷിച്ചു; മറ്റെല്ലാ തെളിവുകളും എതിരായിരുന്നിട്ടും ദ്യ്രേബ്രയെ സംരക്ഷിച്ച ആ രഹസ്യായുധം ഏതാണ്?, അത് എന്തായിരുന്നിരിക്കാം? ഒരിക്കലും വീണ്ടെടുക്കാൻ പറ്റാത്ത വിധം എവിടെയാകും അതവൾ ഒളിപ്പിച്ചത്, അല്ലെങ്കിൽ നശിപ്പിച്ചത്? എന്റെ രാത്രി ഗവേഷണങ്ങൾ ദ്യ്രേബ്രയേയും ഹോളിവുഡിനെയും കടന്ന് അനേകം സെലിബ്രിറ്റി മർഡറുകളിലേക്കും, കൊലകളുടെ പാറ്റേണുകളിലേക്കും, ചരിത്രങ്ങളിലേക്കും, നിഗൂഢങ്ങളായ മർഡർ വെപ്പണുകളിലേക്കും ആണ്ടു. അമ്മാതിരി രാത്രിയിലൊന്നിൽ തുറന്നുവെച്ച ലാപ്പ് ടോപ്പ് സ്ക്രീനിന്റെ വെളിച്ചത്തിൽ സൌണ്ട് സ്പീക്കറിനു മുകളിൽ നിന്ന് ആ സ്ഫടിക പാവയുടെ നീലച്ച കണ്ണുകൾ എന്നെ തന്നെ നോക്കുന്നത്

ഞാൻ കണ്ടു. അവളുടെ കണ്ണുകളിലേക്ക് വെറുതെ നോക്കിയിരിക്കെ പെട്ടെന്നെന്റെ മനസ്സിൽ ജിജ്ഞാസ വളർന്നു "വലത്തേ കണ്ണിനു മുകളിലേക്കുള്ള ആ ചീന്തലിന്... അതിന്... എത്ര നീളം കാണും? മൂന്ന്?... മൂന്നര?"... നേർത്ത ശബ്ദത്തിൽ വിദൂരത്ത് നിന്നെന്നപോലെ ആ ഫ്ലമെംഗോ ഈരടികൾ ഞാൻ കേട്ട് തുടങ്ങി..

നീ... ലോ... ല്പല... മിഴി...

നീലോ... ല്പല... മിഴി...

അതേ ഗതിയിൽ എനിക്ക് ഹൃദയമിടിക്കുന്നുണ്ട്... ഞാൻ ചുഴിഞ്ഞ് നോക്കി, താളം ആ സ്ഫടിക പാവയുടെ പാദങ്ങളിലേക്ക് പടരുന്നത് കാണാം. വേഗത്തിലെഴുന്നേറ്റ് കാലിൽ തൂക്കിയെടുത്ത് 'നീലോല്പലമിഴി'യെ ഞാനാ പഴയ പ്ലാസ്റ്റിക്ക് പെട്ടിക്കുള്ളിലാക്കി തിരികെ ബർത്തിലേക്ക് തന്നെ കയറ്റിവെച്ചു.

ജീവൽ ചോരണം

വെമ്പള്ളി കർത്താക്കന്മാരുടെ ഒരപ്പെരേന്ന് ചെമ്പ് കലവും കട്ടാൻപാരയും മോഷ്ടിച്ച് വീട്ടിലേക്ക് മടങ്ങുമ്പോൾ സോമൻ മനസിലോർത്തു, “ഇത് മുന്നൂറാമത്തെയാ, പൂട്ട് പൊളിച്ച കുത്തിരിമ്പും പാരയും ഉയർത്തി കാട്ടി, ട്രിപ്പിൾ സെഞ്ച്വറിയടിച്ച ബാറ്റ്സമാനെ പോലെ ലോകത്തെ അഭിസംബോധന ചെയ്യ ണ്ടതാ,പറഞ്ഞിട്ടെന്നാ കാര്യം”! സോമൻ നെടുവീർപ്പ് കൊണ്ടു. യാതൊരുവിധ അംഗീകാരവും, മാന്യതയും കിട്ടാത്ത ഈ പണി നിറുത്തി വേറെ വല്ലോം ചെയ്താലോ എന്ന് സോമൻ ആലോചിച്ചു. പക്ഷേ കള്ളൻ സോമൻ ഈ പ്രായത്തിലിനി വേറെന്നാ പണിക്ക് പോകാനാ?, നിലയും വിലയുമൊന്നും കൊടുത്തില്ലേലും ലോകം സോമനെ ഇന്നൊരു കള്ളനായി അംഗീകരിക്കുന്നുണ്ട്, ദേഹത്ത് തൊടാത്ത കളവുകളൊക്കെ അവര് കണ്ടില്ലെന്ന് നടിക്കുന്നുമുണ്ട്. പുതിയൊരു പണിയെന്ന് പറഞ്ഞാൽ... ഒന്നേന്ന് തുടങ്ങണം... പണി പഠിക്കണം..നാട്ടുകാരെ ബോധിപ്പിക്കണം.. സോമന് തല പെരുത്തു.

തന്നെയുമല്ല പകലുറക്കവും, രാത്രി പണിയുമായുള്ള ഈ ജീവി തത്തോട് ശരീരവും മനസ്സും ക്രമപ്പെട്ടിട്ട് കാൻ നൂറ്റാണ്ട് ആയി കഴിഞ്ഞു. മോഷണം കഴിഞ്ഞ് വീട്ടിലെത്തിയാൽ കട്ടൻ ചായ തിളപ്പിച്ച് കുടിച്ച്, ഒരു ബീഡി കൊളുത്തി സോമൻ വെളിക്കിരിക്കും. അത് കഴിഞ്ഞ് പായ വിരിച്ച് മണ്ണെണ്ണ വിളക്ക് വെളിച്ചത്തിൽ

പുസ്തകവും വായിച്ച് അങ്ങനെ കിടക്കും, ഒമ്പത് - ഒമ്പതര വരെ. അതിനോടകം മോഷ്ടിച്ച മുതലും ചോദിച്ച് ആരും വന്നില്ലെങ്കിൽ, തെറ്റൊന്നും പിണഞ്ഞില്ലെന്ന കൃതാർഥതയോടെ ഉറങ്ങും. ഇരുപത്തിനാല് കൊല്ലങ്ങളായി അതാ ശീലം, ഇതിന് യോജിക്കുന്ന വേറെ പണി ഒന്നേയുള്ളൂ നാട്ടിൽ, സെക്യൂരിറ്റി പണി! അതോർത്തപ്പോൾ സോമന് ചിരി പൊട്ടി. എന്തൊരു വൈപരീത്യമായിരിക്കുമത്? ജീവിതത്തിന്റെ ഒരു പാതി കക്കാൻ നടന്നിട്ട്, മറു പാതി കള്ളന് കാവലിരിക്കൽ!

വീടെത്തി വെളിക്കിറങ്ങാൻ നേരം വാമൊഴിയായും എഴുത്തായും പേരെടുത്ത മോഷ്ടാക്കളെ പറ്റി സോമൻ ഓർത്തെടുത്തു. കായംകുളം കൊച്ചുണ്ണി, ഇത്തിക്കര പക്കി, ചേക്ക് മാധവൻ...മൂന്നാല് പേരുകൾ ഓർമ്മ വന്നു. ഇവരൊക്കെയും തസ്കര വൃത്തിയിലൂടെ തന്നെ പേരെടുത്തവരാണ്, മരിച്ച് മണ്ണടിഞ്ഞിട്ടും ആ പെരുമക്ക് തെല്ലും കോട്ടം വന്നില്ല. ഇവരാരും ഈ പണി ചെയ്ത് ധനാഢ്യരായി തീർന്നവരോ, രാജ്യം ഭരിച്ചവരോ അല്ല. തൊഴില്പരമായ മികവിനാലാണ് ഈ ഖ്യാതിയെങ്കിൽ, മോഷണം ഇരുൾ മറയത്ത് മാത്രം നിലനില്പുള്ള കലയാണ്, അത് കണ്ട് നിന്ന് മാർക്കിടാൻ എങ്ങനെ, ആർക്ക് സാധിക്കും? ഒക്കെയും കഥകളാണ്, വാലും തലയും ചേർത്ത് പൊലിപ്പിച്ചെടുക്കുന്ന കെട്ട് കഥകൾ, തൊണ്ണൻ ഭാവനകൾ.

പായയിൽ കിടന്ന് ലൈബ്രറിയിൽ നിന്നെടുത്ത ബംഗാളി നോവലിലേക്ക് മുഴുകാൻ ആവത് പണിപ്പെട്ടിട്ടും സോമന് സാധിച്ചില്ല. അയാളുടെ ചിന്തകൾ മുൻ ചൊന്ന തസ്കര പ്രതിഭകളെയും, അവരെ പ്രതി പ്രചരിച്ച അതിശയ കഥകളെയും ചുറ്റിപറ്റി തന്നെ നിന്നു. പെട്ടെന്നാണ് പ്രസ്തുത നായക നിർമ്മിതികളിൽ ഉള്ളടങ്ങിയ പൊതു ഘടകം സോമന്റെ തലയിൽ മിന്നിയത്, 'സാമൂഹിക പ്രതിബദ്ധത', ഉള്ളവന്റെ കൈയ്യിൽ നിന്നും മോഷ്ടിച്ച് ഇല്ലാത്തവർക്ക് കൊടുക്കുന്ന ധർമ്മവൃത്തി. മോഷണമാകുന്ന അധമവൃത്തിയെ പോലും പവിത്രീകരിക്കുന്ന, ഉള്ളടക്കത്തിലെ ഉദ്ദേശശുദ്ധി! ഉറക്കത്തിലേക്ക് ആഴും മുന്നേ സോമൻ ഒരു കാര്യം തീർച്ചപ്പെടുത്തി, സാഹിത്യത്തിന് മാത്രമല്ല പുരോഗമന സാമൂഹിക ഉള്ളടക്കമില്ലാതെ മോഷണത്തിന് പോലും മലയാളത്തിൽ രക്ഷയില്ല! എന്തെങ്കിലും ചെയ്തേ പറ്റൂ, പണം കൊടുത്തുള്ള സഹായം, കായിക രക്ഷ, രോഗശാന്തി, അവയവദാനം തുടങ്ങിയ എമണ്ടൻ പ്രവർത്തികൾ കഥയിൽ പറയാം എന്നല്ലാതെ പ്രായോഗികമായി നടപ്പിൽ വരുത്തുക സാധ്യമല്ല. ഇപ്പോൾ തന്നെ

പണം കൊടുത്ത് ആരെയെങ്കിലും സഹായിക്കാമെന്ന് വെച്ചാൽ അതിന് തക്ക മാർജിനൊന്നും ഇക്കാലത്ത് ഈ തൊഴിലിൽ നിന്ന് ആരുമുണ്ടാക്കുന്നില്ല. തന്നെയുമല്ല അതൊക്കെയും പലകുറി കഥകളായും, കഥാപ്രസംഗങ്ങളായും, സിനിമയും സീരിയലുമായും ഓടി കഴിഞ്ഞതാണ്. എന്തേലും പുതിയത് ചെയ്യണം! കൈയ്യിലെ നോവലിന്റെ ബ്രൌൺ കവർ പേജിൽ മുദ്ര ചെയ്തിരുന്ന സീലിലേക്ക് സോമന്റെ ശ്രദ്ധതിരിഞ്ഞു, 'ടാഗോർ സ്മാരക പബ്ലിക്ക് ലൈബ്രറി', മുഖത്തൊരു പുഞ്ചിരി വിടർത്തി സോമൻ നിദ്രയെ പുൽകി.

സോമന്റെ പദ്ധതി സശ്രദ്ധം കേട്ടിരുന്ന ലൈബ്രേറിയൻ വിശ്വപ്പൻ നായർ ഗൌരവ്വം വിടാതെ പറഞ്ഞു, "നല്ല കാര്യമാണ് സോമാ, ഭാവി തലമുറയ്ക്കും, രാജ്യത്തെ പുരോഗമന രാഷ്ട്രീയത്തിനുമാകും നിന്റെ ചെയ്തികൾ മുതൽ കൂട്ടുക". ആദ്യമായി തന്റെ ചെയ്തിയെ വാക്കാലൊരാൾ അഭിനന്ദിച്ചതിൽ സോമൻ ചരിതാർത്ഥപുളകിതനായി. അത് തന്റെ ബാല്യ കാല പ്രണയിനി സുരഭിലയുടെ പിതാവിൽ നിന്നായപ്പോൾ സോമന് ഇരട്ടി മധുരിച്ചു. വിശ്വപ്പൻ ചേട്ടൻ വലത് കമ്മ്യൂണിസ്റ്റാണ്, നാട്ടിലെ ആദ്യ ലൈബ്രറിയായ ടാഗോർ സ്മാരക ലൈബ്രറിയുടെ സ്ഥാപക-പരിപാലക സെക്രട്ടറിയാണ്, ലൈബ്രേറിയനും. ഗാന്ധി സ്മാരക വായനശാല എന്ന പേരിൽ പഞ്ചായത്ത് ഉടമസ്ഥതയിൽ പുത്തൻ കൂറ്റ് ലൈബ്രറി ഒരെണ്ണം നാട്ടിൽ വേറെയുണ്ട്. ഇടതന്മാർക്കാണ് അതിന്റെ നിയന്ത്രണം, ആളും അർത്ഥവും കനക്കുമെന്ന് സാരം, പോരാത്തതിന് അവർക്ക് ലൈബ്രറി കൌൺസിൽ അംഗീകാരവുമുണ്ട്. പഞ്ചായത്ത് ലൈബ്രറിയോട് മത്സരിക്കുക എന്ന ചിന്ത ഒരു കാലവും വിശ്വപ്പൻ ചേട്ടനുണ്ടായിട്ടില്ല, എണ്ണത്തിൽ കുറവെങ്കിലും കാമ്പിൽ കനത്ത ഗൌരവ്വ വായനക്കാർ ഇങ്ങോട്ടേ വരൂ എന്ന് അങ്ങേർക്കറിയായിരുന്നു. അപ്രകാരം മുറ തെറ്റാതെ വന്ന് പോകാറുള്ള വായനക്കാരിൽ ഒരാളായിരുന്നു കള്ളൻ സോമനും. ലൈബ്രറിയുടെ തടിച്ച അംഗത്വ രജിസ്റ്റർ എടുത്ത് കാട്ടി വിശ്വപ്പൻ ചേട്ടൻ പറയും, "ഇതിലെ ആദ്യത്തെ പേര് നോക്ക്, 'കീഴ്ക്കാമ്പിൽ നാണു' ഗാന്ധി സ്മാരക വായനശാലയുടെ രക്ഷാധികാരിയുടെ അപ്പൻ"!

വിശ്വപ്പൻ ചേട്ടനുമായി ഉണ്ടാക്കിയ ധാരണ പ്രകാരം സോമൻ ആഴ്ചയിലൊന്നു വീതം പുസ്തകങ്ങൾ വായനശാലയിലെത്തിച്ചു. ഉടമസ്ഥതയുടെ അടയാളങ്ങൾ എന്തെങ്കിലുമവശേഷിക്കുന്നുവോയെന്ന് സൂക്ഷ്മപരിശോധന ചെയ്ത്, ഉള്ളവ തേച്ച് മായ്ച്ച് വിശ്വപ്പൻ ചേട്ടൻ

വായനശാലയുടെ ശേഖരത്തിലേക്ക് അവ മുതൽ ചേർത്തു. ആഴ്ചയിൽ ഒരു ദിവസം ഈ സത്കൃത്യത്തിനായി സോമൻ നീക്കിവെച്ചു, തരക്കേടില്ലാത്ത പുസ്തകശേഖരമുണ്ടെന്നറിയാവുന്ന വീടുകളിൽ കയറി പുസ്തകങ്ങൾ മോഷ്ടിച്ചു, മോഷണ തൊഴിലിനോട് നീതി പുലർത്താൻ വേണ്ടി മാത്രം മറ്റെന്തെങ്കിലും വിലപിടിപ്പുള്ളത് കൂടി കൂട്ടത്തിൽ കവർന്നു. ടാഗോർ വായനശാലയുടെ പുസ്തക രജിസ്റ്ററിൽ പുതിയ പുസ്തകങ്ങളുടെ വിവരങ്ങൾ എഴുതി ചേർക്കുന്നതിനിടെ, പുസ്തകം സംഭാവന ചെയ്ത വ്യക്തിയുടെ/പ്രസ്ഥാനത്തിന്റെ പേര് പൂരിപ്പിക്കേണ്ട കോളത്തിൽ വിശ്വപ്പൻ ചേട്ടനെഴുതി, 'ജീവൽ ചോരണം'! "സാമൂഹിക ഉള്ളടക്കമുള്ള എഴുത്തിനെ ജീവൽ സാഹിത്യമെന്ന് വിളിക്കുമെങ്കിൽ, ആ ഉദ്ദേശ്യത്തോടെയുള്ള മോഷണം ജീവൽ ചോരണമാകും", വിശ്വപ്പൻ ചേട്ടന്റെ വിശദീകരണത്തിൽ സോമൻ പെട്ടു. അഭിമാനപുരസരം വിടകൊണ്ട സോമനെ നോക്കി രജിസ്റ്ററിൽ സംഭാവന ചെയ്തത് - കള്ളൻ സോമൻ, എന്നെഴുതേണ്ടി വന്നില്ലല്ലോ എന്ന് വിശ്വപ്പൻ ചേട്ടൻ ആശ്വസിച്ചു.

ഒരു വെള്ളിയാഴ്ച രാത്രിയാണ് സാഹിത്യാക്കദമി പുരസ്കൃതനും, ഗാന്ധി വായനശാല രക്ഷാധികാരിയുമായ കീഴ്ക്കാമ്പിൽ കരുണാകരന്റെ ഔട്ട് ഹൌസ് കുത്തി തുറന്ന്, ദസ്തേവിസ്കിയുടെ കാരമസോവ് സഹോദരങ്ങൾ, നിന്ദിതരും പീഡിതരും, അധോതല കുറിപ്പുകൾ, കുറ്റവും ശിക്ഷയും എന്നീ നാല് പുസ്തകങ്ങൾ സോമൻ മോഷ്ടിച്ചത്; കൂട്ടത്തിൽ ഒന്ന് രണ്ട് ഫലകങ്ങളും, മെഡലുകളും കൂടി എടുത്തു. (ജീവൽചോരണ മിഷനിലൂടെ താൻ സമൂഹത്തിന് ചെയ്ത ഏറ്റവും വലിയ ഉപകാരം ദസ്തേവിസ്കിയെ ഈ അരസികനിൽ നിന്നും മോചിപ്പിച്ചതാണെന്ന് പിൽക്കാലം സോമന് ബോധ്യപ്പെടാനിരിക്കുന്നതെ ഉണ്ടായിരുന്നുള്ളു). ഇങ്ങനെ എടുക്കുന്ന പുസ്തകങ്ങളിൽ വായിച്ചിട്ടില്ലാത്തവ വായിച്ചിട്ടേ സോമൻ വായനശാലക്ക് കൊടുക്കാറുള്ളു. ഒരു പകൽ നീളം ഒരേ ഇരിപ്പിരുന്ന് കുറ്റവും ശിക്ഷയും വായിച്ച് തീർത്ത് സോമൻ പുസ്തകം ലൈബ്രറിയിൽ എത്തിച്ചു. ഉപകാരാർത്ഥം മന്ദഹസിച്ച് കടമ തീർത്ത് വിശ്വപ്പൻ ചേട്ടൻ വാങ്ങി വെച്ചു. ഏഴ് മണിയായപ്പോൾ ദിനപത്രങ്ങൾ മറിച്ച് നോക്കിയിരുന്ന സോമനെ ഉദ്ദേശിച്ച് ചേട്ടൻ ഉണ്ടാക്കി ചുമച്ചു, സോമനും ചേട്ടനോടൊപ്പമിറങ്ങി. കുടപുറത്ത് പോയി രണ്ട് ഗ്ലാസ് അന്തിയടിച്ചേച്ച് പണിക്ക് പോകാമെന്ന് കരുതി നടക്കുമ്പോൾ സോമന് മനസ്സിന് വല്ലാത്ത ഭാരമനുഭവപ്പെട്ടു, കള്ള് ചെന്നപ്പോൾ അതിരട്ടിച്ചു. ഭാരമല്ല,

ഒരു തരം വലിച്ചില്, എന്തോ വിലപിടിപ്പുള്ളത് വെച്ച് മറന്ന പോലെ ടാഗോർ വായനശാല സോമനെ പിന്നാക്കം വലിച്ചു.

പിറകിലെ കതക് പാളികൾക്കിടയിലൂടെ കമ്പി തിരുകി ഓടാമ്പല് നീക്കി സോമൻ ലൈബ്രറിയുടെ അകത്ത് കയറി, പുസ്തക റാക്കുകൾക്കിടയിലൂടെ നടന്ന് വിശ്വപ്പൻ ചേട്ടന്റെ മുറിയിലെത്തി, ആരോ അവിടെയുണ്ട്, ശ്വാസം വലിക്കുന്ന ഒച്ച കേൾക്കാം. ലൈറ്റിട്ട് നോക്കുമ്പോഴുണ്ട് ലൈബ്രേറിയന്റെ മേശപ്പുറത്ത് കയറി കാലുമ്മേൽ കാലും കയറ്റി റസ്കൽനിക്കോഫ് ഇരിക്കുന്നു, ലൈറ്റ് വെളിച്ചത്തിൽ അവന് കണ്ണ് പുളിച്ചു. കുറച്ച് മുൻപു വരെ ഒരുമിച്ചായിരുന്നത് കൊണ്ട് മുഖവുരയും, പരിചയപ്പെടുത്തലുമൊന്നും വേണ്ടി വന്നില്ല. പിന്നിലെ വാതിലിലൂടെ അവർ പുറത്തിറങ്ങി, അവന് വിശക്കുന്നുണ്ടെന്ന് മനസ്സിലാക്കി സോമൻ കമ്മത്തിന്റെ കടേന്ന് പുട്ടും, ചെറുപയറ് പുഴുങ്ങിയതും പപ്പടവും വാങ്ങി കൊടുത്തു, ആർത്തി പിടിച്ച് തിന്നു ന്നതിനിടയിൽ എന്തോ പറയാൻ മുതിർന്ന് പുട്ട് മണ്ടയ്ക്ക് കേറി. കമ്മ ത്തിനോട് കടം പറഞ്ഞ് കായലോരത്തേക്ക് നടന്ന സോമനൊപ്പം നിറയെ വർത്തമാനം പറഞ്ഞ് അവനും കൂടി, കുറച്ച് ദൂരം ചെന്ന് റസ്കൽനിക്കോഫ് സോമന്റെ തോളിൽ കൈയ്യിട്ടു. താൻ മോഷണം തൊഴിലായി സ്വീകരിച്ചതിൽ പിന്നെ ഇന്നുവരെ ആരും അതിന് മുതിർന്നിട്ടില്ല എന്ന വസ്തുത സോമൻ പെട്ടെന്നോർത്തു, ഉള്ളിൽ നിന്നും സന്തോഷം തള്ളി പെരുകി കണ്ണിലൂടെ ഒഴുകി, റസ്കൽനി ക്കോഫ് കാണാതെ മുണ്ടിൻ തലപ്പ് കൊണ്ട് സോമൻ കണ്ണ് തുടച്ചു.

അതൊരു പതിവായി, വിശ്വപ്പൻ ചേട്ടൻ ലൈബ്രറി അടച്ച് പോയി കഴിഞ്ഞാൽ സോമൻ ചെന്ന് വാതില് തുറന്ന് കൊടുക്കണം, ഇരുവരും കായൽക്കരെ കുറെ നേരം ബീഡിയും പുകച്ച് വർത്തമാനം പറഞ്ഞിരിക്കും, പിരിയാൻ നേരം കുടപുറത്തുന്ന് രണ്ട് ഗ്ലാസ് അന്തി മോന്തും, റസ്കൽനിക്കോഫിനെ തിരികെ വായനശാലയിലാക്കിയെ സോമന് പണിക്ക് പോകാൻ സാധിക്കു. അന്നൊരിക്കൽ സംസാര മധ്യേ എന്തിനാണ് തന്നെ സ്വതന്ത്രനാക്കിയതെന്ന് റാസക്കൽനിക്കോഫ് സോമനോട് തിരക്കി. ലൈബ്രറിയുമായി താനേർപെട്ടിട്ടുള്ള കരാറിനെ കുറിച്ചും അതിനു നിദാനമായ അംഗീകാര വാഞ്ചയെ കുറിച്ചും സോമൻ വിശദീകരിച്ചു. കേട്ടി രുന്ന റസ്കൽനിക്കോഫ് അംഗീകാര ലബ്ദ്ധിക്ക് ഒരു കിടിലൻ പ്രോജക്ട് മുന്നോട്ട് വെച്ചു, "നമ്മുക്ക് ദസ്തേവിസ്കിയെ തട്ടാം". അവന ങ്ങേരോടുള്ള പകയാണ് പദ്ധതിക്ക് പ്രേരണ എന്ന് കേട്ടപ്പോഴേ

ബോധ്യമായെങ്കിലും, സംഗതി സോമനിഷ്ടപ്പെട്ടു. "ചെയ്യാ ചെയ്യെന്നുണ്ട്, അംഗീകരിക്കാതെ മുഖം തിരിക്കാൻ നാട്ടുകാര് നാറികൾക്ക് പറ്റില്ല"; പക്ഷേ നടപ്പിൽ വരുത്തല് ദുഷ്ക്കരമാകും, കാലവും, ദേശവും ഒരു പാട് കവയ്ക്കണം! ഇതിയാൻ ഇപ്പോൾ ജീവിച്ചിരിപ്പുണ്ടോന്ന് തന്നെ തിട്ടമില്ല!

പിന്നീട് പലപ്പോഴുമുണ്ടായ വർത്തമാനങ്ങളിൽ നിന്ന് അവന് ദസ്തേവിസ്കിയോടുള്ള പകയുടെ കാരണം സോമന് മനസിലായി. സത്യത്തിൽ, ലോകം മുഴുക്കെ പ്രചരിച്ച കുറ്റവും ശിക്ഷയുമായി അവന് നേരിൽ ഒരു ബന്ധവുമില്ല, അവന്റെ പേരും റസ്ക്കൽനിക്കോഫ് എന്നല്ല. സെന്റ് പീറ്റേഴ്സ്ബർഗിലെ എതോ ചൂതാട്ട പന്തിയിൽ വെച്ച് മറ്റെല്ലാരോടുമെന്ന പോലെ സൌഹാർദ്ദത്തിൽ ദസ്തേവിസ്കിയോടും പെരുമാറിയതാണ് ഈ ചെറുപ്പക്കാരന് വിനയായത്. "അപ്പോ പിന്നെ ശരിയായ പേര്?", സോമൻ ചോദിച്ചു, "കൊല്ലങ്ങളൊരുപാടായില്ലേ, ഞാൻ തന്നെ അത് മറന്നു, ഇനിയിപ്പോൾ ഓർത്തെടുത്താലും ഞാൻ റസ്ക്കൽനിക്കോഫ് അല്ലെന്ന് എനിക്ക് എന്നെ പോലും ബോധ്യപ്പെടുത്താൻ പറ്റുകേല". ഈ അറിവോടെ കൂട്ടുകാരനോടുള്ള അനുതാപം സോമനിൽ പതിന്മടങ്ങിരട്ടിച്ചു.

കൃത്യനിഷ്ഠയും, സാവകാശവുമാണ് തസ്കര ലീലയുടെ മർമ്മമെന്ന പാഠം സ്വജീവിതത്തിൽ നിന്നും സോമൻ വശമാക്കിയിരുന്നു, പക്ഷേ റസ്ക്കൽനിക്കോഫ് നിമിത്തം പലപ്പോഴും ഇപ്പോഴത് പാളി തുടങ്ങി, അത് പണിയെ ബാധിച്ചു, വരുമാനത്തിലും ഇടിവ് തട്ടി. റസ്ക്കൽനിക്കോഫിന്റെ പ്രകൃതത്തിൽ ചില മാറ്റങ്ങൾ സോമൻ ശ്രദ്ധിച്ചു; അവനല്പം പൊസസ്സീവ് ആകുന്ന പോലെ, വരാൻ വൈകിയാൽ, നേരത്തെ പോകണമെന്ന് പറഞ്ഞാൽ, പിന്നെ പരിഭവമായി, സ്വയം പഴിക്കലായി.. മാത്രമല്ല രണ്ട് ഗ്ലാസ് കണക്കിന് തുടങ്ങിയ അന്തി മോന്ത് ഇപ്പോൾ മൂന്നും നാലും കടന്നാലും അവന് മതിയാകാതായി. "ചുമ്മാതല്ല ഇവനെ ദസ്തേവിസ്കി ചൂണ്ടിയത്" സോമൻ മനസ്സിൽ പറഞ്ഞു.

പണിക്ക് പോക്ക് താളം തെറ്റിയതോടെ ലൈബ്രറിക്കുള്ള പുസ്തക ദാനവും നിലച്ചു, വിശ്വപ്പൻ ചേട്ടന്റെ പെരുമാറ്റത്തിലും അതിന്റെ നിഴൽ പരന്നു. "ഒരുത്തന്റെ വീട്ടിലും പുസ്തകമില്ലന്നേ, എല്ലാവനും അക്ഷര വിരോധികളാ" വിശ്വപ്പൻ ചേട്ടന്റടുത്ത് സോമൻ ഒരടവിറക്കി. "പുസ്തകം വീട്ടീന്നേ എടുക്കൂന്ന് സോമന് നിർബന്ധമുണ്ടേൽ വേണ്ട, ടാഗോർ വായനശാലക്ക് അങ്ങനെയില്ല". വിശ്വപ്പൻ ചേട്ടൻ

പറഞ്ഞത് സോമന് പരിപൂർണ്ണ ബോധ്യമായി, അന്ന് മുതൽക്ക് ഗാന്ധി വായനശാലയുടെ പുസ്ത റാക്കിൽ നിന്ന് ആഴ്ചയിലൊന്നെന്ന നിരക്കിൽ പുസ്തകങ്ങൾ അപ്രത്യക്ഷമായി. മറ്റെന്ത് കാര്യം മുടങ്ങിയാലും സോമൻ അത് മുടക്കിയില്ല, വിശ്വപ്പൻ ചേട്ടന് പ്രത്യേകിച്ച് പ്രീതിയൊന്നും തന്നോടുണ്ടായില്ലെങ്കിലും സുരഭിലയുടെ അച്ഛന് തന്നോട് അപ്രീതിയുണ്ടാകരുതെന്ന് സോമന് നിർബന്ധമായിരുന്നു.

റോസ് കളർ വർണ്ണകടലാസിൽ 'സുരഭില സോമൻ' എന്നെഴുതി താഴെ പൂവള്ളി കൊണ്ട് അലങ്കരിച്ച് ഇഷ്ട തോഴി വശം കൊടുത്തയച്ച് സോമൻ സുരഭിലയെ മനസ്സറിയച്ചത് ആറാം ക്ലാസിൽ പഠിക്കു മ്പോഴാണ്. നമ്ര മുഖിയായി തന്നെ തുടർന്ന് ദൃഷ്ടി മാത്രം മേലോട്ടുയർത്തി രണ്ട് നിബന്ധനകൾ സുരഭില അന്ന് സോമന് മുന്നിൽ വെച്ചു; (1) എന്നും പകർത്തെഴുതണം, (2) കണക്ക് പഠിപ്പിക്കണ പിള്ള സാറിന്റെ കൈയ്യീന്ന് അടി വാങ്ങരുത്. രണ്ടും സോമശേഖരനെന്ന റിബൽ പിറവിയെ സംബന്ധിച്ചിടത്തോളം അസംഭവ്യമായിരുന്നു. അന്നത്തോടെ സോമനും ഔദ്യോഗിക വിദ്യാഭ്യാസവും താത്വികമായി വഴിപിരിഞ്ഞു, പ്രണയവും വിദൂരതയിലായി. സുരഭില പകർത്തുകളെഴുതിയും, അടി വാങ്ങാതെയും പത്താം ക്ലാസ് പാസായി, തേർഡ് ഗ്രൂപ്പെടുത്ത് പ്രീഡിഗ്രി കഷ്ടി കടന്നു, ബി.എ. മലയാളത്തിന് തോറ്റു. സുരഭില തോറ്റിടത്ത് സോമന് ജയിക്കണം എന്ന വാശിയിൽ, കാലിക്കറ്റ് യൂണിവേഴ്സിറ്റിയുടെ 'പതിനെട്ട് തികഞ്ഞ ഏതവർക്കും ബി.എ, ബി.കോം' കോഴ്സിനു ചേർന്ന് വിദൂര വിദ്യാഭ്യാസത്തിലൂടെ സോമൻ മലയാളം ബി.എയും പാസ്സായി. ഔപചാരിക വിദ്യാഭ്യാസത്തിന് പുല്ല് വില പോലുമില്ലാത്ത തൊഴിൽ രംഗം ആയത് കൊണ്ട് ഒരു പ്രമോഷന് പോലും സോമനത് ഉപകാരപ്പെട്ടില്ല എന്നതാണ് വാസ്തവം.

ഇതിനിടെ റാസക്കൽനിക്കോഫിനെ കൊണ്ടുള്ള തലവേദനകൾ അധികരിച്ചു വന്നു, സാമ്പത്തിക, മാനസിക ബാധ്യതകൾ വേറെയും. പുസ്തകങ്ങൾ കൃത്യമായി എത്തിച്ചു കൊടുത്താലും ഈയിടെയായി വിശ്വപ്പന് മുഖം തെളിയുന്നില്ല, തന്നെയുമല്ല അർത്ഥം വെച്ചുള്ള നോട്ടവും, കുത്തി ചോദ്യങ്ങളും, ആകെ ഒരു പന്തികേട്! റസ്കൽ നിക്കോഫിനാണെങ്കിൽ സോമന്റെ തൊഴില് പഠിക്കണമെന്ന് ഒരേ നിർബന്ധം. "അത് വേണ്ട, ഈ നാട്ടിലെ ആവശ്യത്തിന് കള്ളൻ സോമനുണ്ട്, ഒരു റഷ്യൻ ചോരന്റെ ആവശ്യം തത്ക്കാലമില്ല" സോമൻ മനസ്സിൽ പറഞ്ഞു. വല്ല സെക്യൂരിറ്റി പണിയും

അന്വേഷിക്കാമെന്ന് പറഞ്ഞു, അവനത് താത്പര്യമില്ല, ത്രില്ലില്ലത്രേ!! കാര്യങ്ങൾ ഈ വിധം മുന്നോട്ട് പോകില്ല എന്ന് മനസിലാക്കി സോമൻ റസ്കൽനിക്കോഫിനെ ഒന്നകറ്റി നിറുത്താൻ തീരുമാനിച്ചു. "കണ്ട റഷ്യക്കാരനേയും ചുമന്ന് വെറുതെ എന്തിനാ സുരഭിലയുടെ അച്ഛ്നെ മുഷിപ്പിക്കുന്നത്" സോമൻ തന്നോട് തന്നെ ചോദിച്ചു.

സോമന്റെ തീരുമാനത്തിന് ദാർഢ്യം പകരുന്ന മറ്റൊരു സംഭവം അത്തവണ ഗ്രാമ പഞ്ചായത്ത് തെരഞ്ഞെടുപ്പിനോടനുബന്ധി ച്ചുണ്ടായി. സോമന്റെ വീടുൾപ്പെടുന്ന അഞ്ചാം വാർഡ് ഇക്കുറി വനിതാ സംവരണമാണ്, സുരഭില വിശ്വനാഥനാണ് ഇടതു മുന്നണി സ്ഥാനാർത്ഥി, കനത്ത മത്സരമാണ് നടക്കുന്നത്. ഇന്നുവരെ വോട്ട് ചെയ്യാൻ പോകാത്ത സോമൻ സുരഭില തോൽക്കാതിരിക്കാൻ വേണ്ടി ഇപ്രാവശ്യം വോട്ട് ചെയ്യുമെന്നുറപ്പിച്ചു. വിശ്വപ്പൻ ചേട്ടനു മായി തെരഞ്ഞെടുപ്പ് സാധ്യതകൾ പറഞ്ഞിരുന്ന് പിരിഞ്ഞ ഒരു സന്ധ്യക്ക് റസ്കൽനിക്കോഫ് നാണത്തോടെ സോമനോട് ആ ആവശ്യം ഉണർത്തിച്ചു "എനിക്കും വോട്ട് ചെയ്യണം, സുരഭിലക്ക്"!! സോമന് കലി കേറി, കുറ്റവും ശിക്ഷയും കാലത്തെ റസ്കൽനിക്കോ ഫിന്റെ പൂർവ്വാശ്രമ കഥ അറിയാമായിരുന്നത് കൊണ്ട് മാത്രം അത് പുറത്ത് കാണിച്ചില്ല. ഏതായാലും ആ ബന്ധം വിടാൻ തന്നെ സോമനുറച്ചു.

സോമൻ വൈകിട്ട് വായനശാലയിൽ പോകാതായി, വിശ്വപ്പൻ ചേട്ടനുള്ളപ്പോൾ മാത്രം ചെല്ലും, പുസ്തകമേല്പിക്കും പോരും. ചേട്ടനും സന്തോഷമായി, പഴയ അനുഭാവം ചിരിയിൽ കണ്ട് തുടങ്ങി, മകൾ ജയിച്ച് മെംബറായതിന്റെ സന്തോഷവും ആ ചിരിയിൽ ഉൾച്ചേർന്നു. രണ്ട് വോട്ടിനാണ് സുരഭില വിശ്വപ്പൻ ജയിച്ചത്; ഒന്ന് തന്റേതെന്ന് സോമനുറപ്പായിരുന്നു, രണ്ടാമത്തതോ? സോമന് എന്തോ അപായം മണത്തു, പാർട്ടി സെക്രട്ടറി കർത്താവിന്റെ കൈയ്യീന്ന് വോട്ടേഴ്സ് ലിസ്റ്റ് വാങ്ങി ഓരോ വോട്ടും പരിശോധിക്കാൻ നിശ്ചയിച്ചു. അങ്ങ നെയിരിക്കെയാണ് സോമന്റെ എലിഗയിൽ ഒന്ന് രണ്ട് വിഫല മോഷണ ശ്രമങ്ങൾ റിപ്പോർട്ട് ചെയ്യപ്പെടുന്നത്. ഇതോടെ സോമന് കാര്യം പിടികിട്ടി, "വേറാരുമല്ല ഇതാ റഷ്യൻ മുതല് തന്നെ". എന്നാ അവനെ ഒന്ന് കുരുക്കണമെന്ന് സോമനും തീരുമാനിച്ചു, രാത്രികളിൽ ഓരോ വീടുകളും കയറിയിറങ്ങി സോമൻ റസ്കൽനിക്കോഫിനായി പരതി. അതോടെ സ്വന്തം പണി മുടങ്ങി, ജീവൽ ചോരണവും നിലച്ചു. തനിക്ക് കിട്ടിയില്ലെങ്കിലും വേണ്ടാ ആ റഷ്യാക്കാരനെ

കൊണ്ട് തീറ്റിക്കരുതെന്ന വാശി മാത്രമായി സോമന്റെ മനസ്സിൽ. അതോടെ നാട്ടിൽ മോഷണമേ നടക്കാതായി, സോമന്റെ അസ്തിത്വം നിലം പൊത്തി, പൊത്തിയപ്പോൾ മാത്രമാണ് അങ്ങനൊന്ന് തനിക്കുണ്ടായിരുന്നെന്ന് സോമൻ തിരിച്ചറിഞ്ഞത്!

സുരഭിലയാണിപ്പോൾ പഞ്ചായത്ത് ക്ഷേമകാര്യ സ്റ്റാൻഡിംഗ് കമ്മറ്റി ചെയർപേഴ്സൺ, മകളുടെ ഉത്സാഹത്തിൽ വിശ്വപ്പൻ ടാഗോർ വായനശാലയിലേക്ക് ഗ്രാൻഡുകൾ ഒഴുക്കി. ഗാന്ധി സ്മാരക ഗ്രന്ഥശാല അജ്ഞാതമായ കാരണത്താൽ ഉത്തരോത്തരം ക്ഷയിച്ചു. അക്കൊല്ലം മികച്ച ലൈബ്രറിക്കുള്ള കൌൺസിൽ വക അംഗീകാരം ടാഗോർ വായനശാലക്ക് ലഭിച്ചു. സംഗതി ഒന്നാഘോഷിക്കാനും ലൈബ്രേറിയൻ പദവിയിൽ അമ്പത് വർഷം പിന്നിടുന്ന വിശ്വപ്പനെ ആദരിക്കാനും നാട് തീരുമാനിച്ചു. ആദരണ സമ്മേളനം ശ്രവിക്കാൻ കള്ളൻ സോമനും സദസ്സിലുണ്ടായിരുന്നു. വിശ്വപ്പൻ ചേട്ടന്റെ മറുപടി പ്രസംഗം കേൾക്കാൻ വേണ്ടി മറ്റ് വിടുവായന്മാർക്കൊക്കെ സോമൻ ചെവിട്ടു കൊടുത്തു. ഒടുക്കം വിശ്വപ്പൻ ചേട്ടനെഴുന്നേറ്റു, 50 വർഷ കാലത്തെ വായനശാലാ പ്രവർത്തനത്തിൽ തന്നെ നേരിട്ടും അല്ലാതെയും സഹായിച്ച സകലരെയും പേരെടുത്തോർമ്മിച്ച് വിശ്വപ്പൻ ചേട്ടൻ ഹൃദയത്തിന്റെ ഭാഷയിൽ നന്ദി പ്രകാശിപ്പിച്ചു. ഓരോ പേരുകൾ കഴിയുമ്പോഴും അടുത്തത് തന്റെയായിരിക്കുമെന്ന് കള്ളൻ സോമൻ പ്രത്യാശിച്ചു, പക്ഷേ അതുണ്ടായില്ല.

തൊഴിലും മാനവും നഷ്ടപ്പെട്ട് ലക്ഷ്യബോധമില്ലാതെ അലഞ്ഞ് തിരിഞ്ഞ് നടന്ന ഒരു രാത്രി കൂടിയൊടുക്കി വീടെത്തിയ സോമനെ അന്ന് വരവേറ്റത് ഒരിടിത്തി ആയിരുന്നു. ഒരു കല്ല്യാണക്കുറിയുടെ രൂപത്തിലായിരുന്നു അത്. ‘മാന്യ മിത്രമേ, ഞങ്ങളുടെ മകൾ സുരഭില വിവാഹിതയാവുകയാണ്’’ എന്ന് തുടങ്ങുന്ന കുറി താഴോട്ട് മുഴുമിപ്പിച്ചില്ല സോമൻ, അതിനോടകം തന്നെ വിശ്വപ്പന്റെ മകൾ ഒരു റഷ്യക്കാരനെ വിവാഹം കഴിക്കുന്നുവെന്ന വാർത്ത നാട്ടിൽ പാട്ട് രൂപേണ സോമന്റെ ചെവിട്ടിലും എത്തിയിരുന്നു.

സോമനിപ്പോൾ തോപ്പിൽ ചിട്ട്സ് ആൻഡ് ഫൈനാൻസിയേഴ്സിലെ രാത്രി സെക്യൂരിറ്റിയാണ്, രാത്രിയിൽ ബിഡിയും പുകച്ച് ബാങ്കിന്റെ വടക്കേ മതിലിനു ചേർന്ന് സ്റ്റൂളിലിരിക്കുമ്പോൾ, തൊട്ടപ്പുറമുള്ള പഞ്ചായത്ത് റോഡിന്റെ ശിലാഫലകത്തിലിരുന്ന് ആ പേര് ഇരുട്ടിലും സോമനെ നോക്കി കണ്ണുരുട്ടും, “ശ്രീമതി. സുരഭില റസ്കൽനിക്കോഫ്”.

7B

സുഭാഷിണി ടീച്ചറെ കൂടാതെ ക്രാഫ്റ്റ് പഠിപ്പിച്ചിരുന്ന ശകുന്തള ടീച്ചറും, അറബി ടീച്ചർ റംലത്ത് ബീവിയും, സംസ്കൃത ശിരോമണി മല്ലയ്യ സാറും അന്നു തന്നെ റിട്ടയർ ചെയ്യുന്നവരായിരുന്നു. മറ്റുള്ളവരെക്കാളും രണ്ടാഴ്ച സീനിയറാണ് മല്ലയ്യ സാറെങ്കിലും, എല്ലാവരുടെയും സൌകര്യാർത്ഥം റിട്ടയർമെന്റ് ചടങ്ങ് ഒരുമിച്ചാക്കുകയായിരുന്നു. ടീച്ചർമാര് മൂവരും ഒരേ തീയതിയിൽ ജോയിൻ ചെയ്തവരാണ്, സുഭാഷിണി ടീച്ചർ മാത്രം അന്നാട്ടുകാരി, റംലത്തും ശകുന്തളയും യഥാക്രമം ആലപ്പുഴ - കോട്ടയം സ്വദേശിനികളായിരുന്നു. ഇന്റർവ്യൂവിന് തമ്മിൽ കണ്ടപ്പോഴെ തന്നെ മൂവരും പരിചയത്തിലായി. കൂട്ടുകാരുടെ താമസം മുതൽ സർവ്വതും ഉത്സാഹപൂർവ്വം സുഭാഷിണി ഏറ്റെടുത്തു ചെയ്തു, ആദ്യ ദിവസം തന്നെ മൂന്ന് പേരും ഒരേ നിറത്തിലുള്ള സാരിയുടുത്ത് സ്കൂളിൽ വന്നത് സുഭാഷിണിയുടെ ആസൂത്രണമായിരുന്നു. റിട്ടയർമെന്റിനും അങ്ങനെ തന്നെ വേണമെന്ന് അന്നേ മൂവരും മനസിൽ കരുതിയിരുന്നതാ, പക്ഷേ ഇനിയതു നടക്കാൻ പോണില്ലാ!.

സ്റ്റാഫ് മുറിയില് മൂന്നു പേർക്കും കൂടി ഒരുമിച്ചിരിക്കാൻ ഒരു ചാര് ബഞ്ച് സംഘടിപ്പിച്ചത് അന്നത്തെ സുഭാഷിണിയുടെ സാമർത്ഥ്യമായിരുന്നു, തമ്മിൽ ഇണക്കവും പിണക്കവുമൊക്കെ ഉണ്ടായിരുന്ന കഴിഞ്ഞ മുപ്പത്തിമൂന്ന് വർഷവും മൂവരുടെയും മാത്രമായിരുന്നു ആ ചാര് ബഞ്ച്. മീറ്റിങ് ഹാളിലും ഇതിന്മേൽ തന്നെയിരിക്കണം; എന്ന് ശകുന്തളയുടെ മനസ്സ് പറഞ്ഞു, അടുത്ത ക്ഷണത്തിൽ അത്

തിരുത്തുകയും ചെയ്തു. ഈ നേരം ഏഴ് ബിയിൽ എന്തോ വിചാരത്തിലാണ്ടിരുന്ന സുഭാഷിണി ടീച്ചറും ആലോചനകളിൽ നിന്നും പെട്ടെന്നുണർന്നിറങ്ങി (ടീച്ചറുടെ മനസ്സന്നേരം ഏതോ അരുതാത്ത വിചാരത്തിലായിരുന്നു എന്നതിന് മുഖത്ത് വിരിഞ്ഞ ആ പഴുത്ത പുഞ്ചിരി സാക്ഷ്യം). അവസാന അദ്ധ്യയന ദിനമാണ്, ഏഴ് ബി യിൽ തന്നെയാണ് സുഭാഷിണിയുടെ അവസാന പിരീയഡും; രണ്ടാമത്തെ വർഷം മുതൽ മുപ്പത്തിരണ്ട് കൊല്ലം ഏഴ് ബിയുടെ ക്ലാസ് ചാർജ്ജുകാരി സുഭാഷിണി ടീച്ചറായിരുന്നു. ഒന്നു രണ്ടു വട്ടം ചാർജ്ജിന് റൊട്ടേഷൻ സമ്പ്രദായം ഏർപ്പെടുത്തിയപ്പോഴൊക്കെ യും ഏഴ് ബി സുഭാഷിണി പിടിച്ചു വാങ്ങി, അവസാനത്തെ ക്ലാസ് അവിടെ തന്നെയാകും വിധം സ്റ്റാഫ് സെക്രട്ടറിയെ കൊണ്ട് ടൈംടേബിൾ ഇട്ടുവിച്ചതും ടീച്ചറുടെ ഗണിത ബുദ്ധിയായിരുന്നു.

സുഭാഷിണി ഈയിടയായി ഇങ്ങനാ- സൂക്ഷം പറഞ്ഞാൽ, കഴിഞ്ഞ ഒന്നേമുക്കാൽ കൊല്ലമായി-. സ്കൂളിലെ പൂർവ്വവിദ്യാർത്ഥി നിയും ഒരു കാലം സുഭാഷിണിയുടെ സ്വന്തം ഏഴ് ബിയിലെ ഏറ്റവും മിടുക്കി വിദ്യാർത്ഥിനിയുമായിരുന്ന മല്ലികാ പ്രഭു ടീച്ചറെ കാണാൻ വന്ന മുതൽക്കാണ് സുഭാഷിണിയിൽ ഈ മാറ്റങ്ങൾ പ്രകടമായി തുടങ്ങിയത്. ടീച്ചർ റിട്ടയറാകുന്ന വേക്കൻസിയില് ജോലിക്ക് മാനേജ്മെന്റുമായി പറഞ്ഞുറപ്പിച്ചാണ് മല്ലിക സുഭാഷിണിയെ കാണാൻ വന്നത്. ടീച്ചർ ഒരു മാസത്തേക്ക് ലീവെടുക്കുന്ന പക്ഷം ആ ഒഴിവിൽ താത്ക്കാലികമായി ജോയിൻ ചെയ്താൽ മല്ലികക്ക് ക്ലെയിമായി, പിന്നീട് സുഭാഷിണി ടീച്ചർ റിട്ടയർ ആകുമ്പോഴേയ്ക്കും മല്ലികക്ക് പെർമെനന്റ് അപ്പോയിന്റ്മെന്റ് ലഭിക്കുകയും ചെയ്യും. ആർക്കും-സുഭാഷിണിക്കൊഴികെ- ആർക്കും ന്യായമെന്നു തോന്നിയ ആവശ്യം. അടച്ചിട്ട റിക്രിയേഷൻ റൂമില് ആവശ്യത്തിലുമേറെ സ്വകാ ര്യതയിലാണ് മല്ലിക ടീച്ചറോട് സഹായം അഭ്യർത്ഥിച്ചത്. പക്ഷേ നിലവിളിച്ചു കൊണ്ടാണന്ന് മല്ലികാ പ്രഭു സ്കൂളിന്റെ പടിയിറങ്ങിയത്.

സംഗതി ഔപചാരിക രഹസ്യമായതിനാലും, അഭ്യർത്ഥന തികച്ചും വ്യക്തിപരമായതിനാലും കൊങ്ങിണിയിലാണ് മല്ലിക കാര്യം ഉണർത്തിച്ചത്, പക്ഷേ സുഭാഷിണി ടീച്ചറുടെ മറുപടി പച്ച മലയാളത്തിലായിരുന്നു, അതും പ്രസ്തുത വിഷയത്തിന്റെ ഔപചാ രികതയ്ക്കും ഗുരു ശിഷ്യ ബന്ധത്തിന്റെ സഭ്യതക്കും നിരക്കാത്ത ഭാഷയിൽ; പച്ചതെറിയാണ്! പറഞ്ഞതെന്നാണ് കാര്യം തെരക്കി യവരോടൊക്കെ മല്ലിക പറഞ്ഞത്. പക്ഷേ സുഭാഷിണി ടീച്ചർക്ക്

ഓർക്കാൻ കഴിഞ്ഞത്, കാക്കേ, എറിവില്ലേ, പത്തേ, പടവലങ്ങേ തുടങ്ങി ഏതാനും എളിയ ഭർത്സനങ്ങളും 'കുനിഞ്ഞു നോക്കടി കുരുകുരുത്തം കെട്ടതെ, കുരുത്തു വന്നത് കാണാമെന്ന' ധ്വനി സമ്പുഷ്ടവും പ്രാസബദ്ധവുമായ ഒരു ഉപദേശ വാക്യവും മാത്രമായിരുന്നു.

മല്ലികാ പ്രഭുവിനോട് കയർത്തതിൽ പിന്നീട് പലരും അത് ശ്രദ്ധിച്ചു, സുഭാഷിണി ടീച്ചർ വല്ലാതെ അന്തർമുഖയായി. ശബ്ദമടക്കി, രഹസ്യം പറയുന്ന മട്ടിലെ ഇപ്പോൾ ഭാഷണമുള്ളൂ. പറച്ചിലിലും, ഇടപഴകലിലും, അദ്ധ്യാപനത്തിലുമൊക്കെ മറ്റാർക്കും പിടികിട്ടാത്ത ഗൂഢാനന്ദം ടീച്ചറുടെ മുഖത്ത് കളിയാടി. ഒരു കൊച്ചിളം കാറ്റിന്റെ കൊഞ്ചലും കുണക്കവുമൊക്കെയുണ്ട് ഇപ്പോൾ ടീച്ചറുടെ നടപ്പിനും ഇരിപ്പിനുമൊക്കെ, തന്റെ വിദ്യാർത്ഥികളായിരുന്ന ഇന്നത്തെ യുവ അദ്ധ്യാപകരെ അഭിമുഖീകരിക്കുമ്പോൾ ടീച്ചറുടെ മുഖം ലജ്ജാഭാരത്താൽ കീഴോട്ടിടിഞ്ഞു, സുഭാഷിണി വീണ്ടും കനകാംബര പൂവും ചൂടി തുടങ്ങി!

സുഭാഷിണി എക്കാലവും നല്ല അദ്ധ്യാപിക ആയിരുന്നു, റംലത്ത് ഓർത്തു; പക്ഷേ അദ്ധ്യാപന ജീവിതത്തിന്റെ അവസാന ടേമിന്റെ ലാസ്റ്റ് ലാപ്പിൽ ടീച്ചറിൽ നാമ്പിട്ട നവാഭിനിവേശം ആർക്കും പിടികൊടുക്കാതെ കുതറി. ഏറെ വൈകിയില്ല, സഹാദ്ധ്യാപകർക്കിടയിൽ അല്പ കാലം ഒരു കുശുകുശുപ്പായി ചുറ്റിനടന്ന ആ സത്യം ഒടുവിൽ ഏഴ് ബീയിലെ മനോരഞ്ജൻ ദാസിന്റെ രക്ഷാകർത്താവിന്റെ പരാതിയായും, മറ്റൊരു ക്ലാസിലെ വിദ്യാർത്ഥികളുടെ കൂട്ട നിവേദനമായും വെളിപ്പെട്ടു. സുഭാഷിണി ടീച്ചർ ഒരു മാസമായി പഠിപ്പിക്കുന്നത് ഗണിതശാസ്ത്രമല്ല പകരം ജീവശാസ്ത്രമാണ്, അതും പത്താം തരത്തിൽ മാത്രം പാഠവിഷയമാകുന്ന പ്രത്യുത്പാദാനത്തെ കുറിച്ചും!

ഗണിതം വളരെ കുഞ്ഞിലെ തുടങ്ങി സുഭാഷിണിക്ക് ഒരാവേശമായിരുന്നു, അച്ഛൻ കമ്മത്തിയോടൊപ്പം സ്കൂളിൽ വരാറുള്ള ചൊടിയും, ബുദ്ധിയുമുള്ള പെൺകൊച്ചിനോട് അന്നത്തെ ഹെഡ്മാസ്റ്റർ കർത്താവ് സാറിന് വലിയ വാത്സല്യമായിരുന്നു. അറിയപ്പെടുന്ന കർക്കശക്കാരനും ചിട്ടക്കാരനുമായിരുന്ന ഹെഡ്മാഷിൽ നിന്നും കമ്മത്തിയുടെ പെങ്കൊച്ച് അല്ലറ ചില്ലറ മനുഷ്യപറ്റുകൾ ഒപ്പിച്ചെടുത്തു. കർത്താവ് സാറ് കൊച്ചുകൊച്ചു ഗണിത കുരുക്കുകളുണ്ടാക്കി സുഭാഷിണിയെ ഏൽപ്പിക്കും; പെങ്കൊച്ച് സമയമെടുത്ത് അത് അഴിച്ചെടുക്കും. "കാക്ക ചിക്കിയ പോലുള്ള എഴുത്താ, കൈയക്ഷരം

നന്നാക്കണം, കണക്കില് നല്ല മിടുക്കുണ്ട് മോൾക്ക്", ഏതിനും- പ്രത്യേകിച്ച് ഗണിതത്തിന്റെ കാര്യത്തിൽ- അരിഷ്ടിച്ചു മാത്രം പ്രശംസകൾ നൽകാറുള്ള കർത്താവ് സാറ് മകളെ പറ്റി നല്ലത് പറഞ്ഞകേട്ട് നാരായണ കമ്മത്തിയുടെ ഉള്ള് നിറഞ്ഞു. വിദ്യഭ്യാസകാലത്തും ഗണിതത്തിൽ സാമർത്ഥ്യം കാട്ടിയ സുഭാഷിണി പ്രീഡിഗ്രി കഴിഞ്ഞ് മാത്തമാറ്റിക്സിൽ ബി.എസ്.സിയെടുക്കണമെന്ന് കലശലായി ആഗ്രഹിച്ചെങ്കിലും നാരായണ കമ്മത്തിയുടെ സാമ്പത്തിക ഞെരുക്കവും നാട്ടുനടപ്പും ചേർന്ന് അവളെ ടി.ടി.സിക്കാണ് ചേർത്തത്. അതോടെ കർത്താവ് സാറിനെ പോലെ വലിയ കണക്ക് മാഷാകണമെന്ന കുഞ്ഞുനാളിലെ ഉത്ക്കട മോഹം സുഭാഷിണിയിൽ വീണ്ടും മൊട്ടിട്ടു, നാലഞ്ചാണ്ടു കഴിഞ്ഞ് പൂവണിഞ്ഞു. "പക്ഷേ ജീവശാസ്ത്രം?" റംലത്തിന് വിശ്വസിക്കാനായില്ല.

പും-സ്ത്രീ ലിംഗസംയോഗത്തെ പറ്റിയും, അണ്ഡ-ബീജ സംലയനത്തെ കുറിച്ചുമാണ് സുഭാഷിണി ടീച്ചറ് ക്ലാസെടുക്കുക, ശാസ്ത്രപ്രോക്തമായ പാഠം സവിസ്തരം പ്രതിപാദിച്ച ശേഷം ടീച്ചറുടെ വക സ്വാനുഭവം കലർന്ന വിരുദ്ധ വാദങ്ങളുടെ അവതരണവുമുണ്ട്. പലപ്പോഴും ക്ലാസ്സുകൾ അവസാനിക്കുക തീരെ താണ സ്ഥായിയിൽ പെൺകുട്ടികളോടു മാത്രമുള്ള ഉപദേശങ്ങളിലാണ്. ടീച്ചറുടെ ഉപദേശസാരം പെങ്കുട്ടികളോട് ചോദിച്ചറിഞ്ഞ മുതിർന്ന അദ്ധ്യാപകരിൽ ചിലരെങ്കിലും അന്നേരം ചിന്തിച്ചത് സുഭാഷിണിയുടെ അല്പായുസ്സായ ദാമ്പത്യ കഥയെ കുറിച്ചായിരുന്നിരിക്കും.

സ്വതേ തൊലി വെളുത്ത കൊങ്ങിണി പെണ്ണുങ്ങൾക്കിടയിൽ ഉടല് നീണ്ടുകുനിഞ്ഞ്, കഴുത്ത് നീണ്ട് മുൻപോട്ടാഞ്ഞ സുഭാഷിണിയുടെ ഇരുണ്ട രൂപത്തിന് വരനെ തേടലായിരുന്നു കിടപ്പിലാകുവോളം നാരായണ കമ്മത്തിയുടെ ആധി. ജോലിക്കാരി ആയതിനാൽ താത്പര്യപ്പെട്ടു പലരും വന്നെങ്കിലും പെണ്ണുകാണലിനപ്പുറത്തേക്ക് ഒന്നും തന്നെ പോയില്ല. ഒടുക്കം റിട്ടയർമെന്റിനു മുന്നേ കമ്മത്തി ലീവെടുത്ത് ആ വേക്കൻസിയിൽ ജോലി നലകാമെന്ന പ്രലോഭനം വഴി അയാളുടെ തന്നെ ഭാര്യാ സഹോദരന്റെ വകയിലൊരു ബന്ധുവായ പ്രഫുല്ലചന്ദ്രനെ കൊണ്ട് വിവാഹത്തിന് സമ്മതിപ്പിക്കുകയായിരുന്നു. ആശയം കേട്ട്, ഉഴുന്നിന്റെ നിറത്തിൽ ഉരുണ്ട് കൊഴുത്ത പ്രഫുല്ല ചന്ദ്രന്റെ ഉടലിനു മീതേ പപ്പടവട്ടത്തിൽ ഉരുണ്ട് കളിച്ച മുഖത്ത് ഒരു ചോര കീറ് കാണായി- സദാ മുറുക്കി ചോരച്ച ചുണ്ടുകളെ പിളർത്തി ഒരു ചിരി പരന്നു. പെണ്ണിനെ

ഒന്ന് കാണുക പോലും വേണ്ടായിരുന്നു, പ്രഫുല്ല ചന്ദ്രൻ സമ്മതം മൂളി. 'പത്ത്'' എന്നൊരു വട്ടപേരിന് മരുന്നിടാൻ മാത്രം വിവാഹ ശേഷം രണ്ടോ മൂന്നോ ആഴ്ചകൾ ദമ്പതികളൊരുമിച്ച് സ്കൂളിൽ വന്നു പോയി, പിന്നാലെ ജോലി സ്ഥിരത ഉറപ്പാക്കിയ പ്രഫുലചന്ദ്രൻ കൊച്ചിയിലേക്ക് മാറ്റം വാങ്ങി സ്ഥലം കാലിയാക്കുകയായിരുന്നു.

സുഭാഷിണിയുടെ ജീവശാസ്ത്ര ക്ലാസിനെ പറ്റി പരാതികളും നിവേദനങ്ങളും പതിവായപ്പോൾ ഹെഡ്മാഷക്ക് ഇടപെടാതെ വയ്യെന്നായി, ടീച്ചറാകട്ടെ യാതൊന്നും ഗൌനിക്കാതെ ഉപചാര മര്യാദകൾ പാലിച്ച് പ്രസ്തുത വിഷയത്തിൽ ക്ലാസെടുപ്പ് തുടർന്നു. ഏഴ് ബിയിലെ വിദ്യാർഥികൾക്ക് പ്രായത്തിൽ കവിഞ്ഞ പക്വത കൈവന്നതും, അവരൊക്കെയും അർത്ഥഗർഭ്ഭ മൌനത്തിന് അടി പ്പെട്ടതും അദ്ധ്യാപകർക്കിടയിൽ ആധി പടർത്തി, സുഭാഷിണി ടീച്ചറതാസ്വദിച്ചു. വിഷയം മനേജ്മെന്റിലേക്ക് എത്താതിരിക്കാൻ ഹെഡ് മാഷ് വല്ലാതെ കഷ്ടപ്പെട്ടു, പരാതിപ്പെട്ടവരോട് "ഇനി ഒന്നര മാസം കൂടിയേ ഉള്ളൂ, ടീച്ചറ് ഈ വർഷം റിട്ടയറാ" എന്ന ന്യായം പറഞ്ഞ് മാഷ് പിടിച്ച് നിന്നു. പക്ഷേ ഏഴ് ബിക്ക് ചുറ്റും സദാ സമയവും ഹെഡ് മാഷ് പ്യൂൺ രൂപത്തിൽ ചുറ്റി പറ്റി.

സുഭാഷിണിയുടെ മനോനിലയെ മാനിച്ച് അക്കൊല്ലം റിട്ട യർമെന്റ് പരിപാടി തന്നെ വേണ്ടെന്ന് വെയ്ക്കാമെന്ന നിർദ്ദേശം റംലത്ത് മുന്നോട്ടു വെച്ചു, പക്ഷേ പട്ട് സാരികളുടെ പരേഡിന് തരം പാർത്തിരുന്ന പുത്തൻ കൂറ്റുകാർക്ക് ആ ഉപായം രസിച്ചില്ല, "ഒരാൾക്കു വേണ്ടി മാത്രം ചടങ്ങുപേക്ഷിക്കണോ, ഇതൊക്കെ ജീവിതത്തിലൊരിക്കലല്ലേയുള്ളൂ ടീച്ചറെ?". സ്കൂളിന്റെ ചരിത്രത്തിൽ ചടങ്ങുകളേതുമില്ലാതെ സർവ്വീസിൽ നിന്ന് പിരിഞ്ഞ അദ്ധ്യാപകൻ, 'സുവോളജി പണിക്കർ' സാറാണ്. സാറിന് കേൾവിക്കുറവ് ഉണ്ടായി രുന്നു, അവസാന വർഷമായപ്പോഴേക്കും തീരേ കേൾവിയില്ലാതായി, ഒട്ടും പറ്റില്ലാന്നായപ്പോൾ ലോങ്ങ് ലീവെടുത്തു. 'കാത് കേൾക്കാത്ത അങ്ങേർക്കെന്ത് യാത്രയയപ്പ് കൊടുക്കാനാ'? സാറന്മാര് ചിലര് കൂടി വീട്ടിൽ ചെന്ന് ബൊക്കയും മാലയും കൊടുത്ത് പരിപാടി കഴിച്ചു. അധ്യാപന കാലം മുഴുവനും സ്കൂളിലെ സുവോളജി ലാബായിരുന്നു പണിക്കര് സാറിന്റെ താവളം, മറ്റദ്ധ്യാപകർ ആരും തന്നെ അതിന കത്ത് പ്രവേശിക്കാറില്ലാ. വാതിലിന്റെ ഇരുപാളികളിലൊന്ന് മാത്രം തുറന്നു സാറ് അകത്ത് കയറും- പുറത്തിറങ്ങും. പണിക്കർ സാറിന്റെ റിട്ടയർമെന്റോടെ അനാഥമായ ലാബിന്റെ പൂട്ട് അറുത്ത് അകത്ത്

കയറി കാര്യങ്ങളൊന്ന് നവീകരിക്കാൻ പുതുതായി വന്ന ബയോളജി അദ്ധ്യാപകൻ ശ്രമിച്ചപ്പോഴായിരുന്നു ആദ്യത്തെ അനർത്ഥം. വലിയ ചില്ലലമാരിയുടെ മുകളിലേക്ക് തത്ക്കാലം മാറ്റിവെച്ച അസ്ഥികൂടം മാഷിന്റെ പിടലിക്ക് വീണു, അടുത്ത ദിവസം മുറിയുടെ മൂലക്കൽ വെച്ച് അറ്റൻഡർ സുഷമയെ അണലി കടിച്ചു. അണലിയെ പണിക്കര് സാറ് വളർത്തിയിരുന്നതാണെന്ന് കുട്ടികൾ പറഞ്ഞു, സുഭാഷിണി അത് വിശ്വസിച്ചു. ഒടുക്കം പണിക്കർ സാറെ സ്കൂളിലേക്ക് വരുത്തി വിധിയാംവണ്ണം വിരമിക്കൽ ചടങ്ങ് നടത്തിയാണ് ആ പ്രശ്നം അന്ന് പരിഹരിച്ചത്.

ഇന്ന് സുഭാഷിണിയുടെ റിട്ടയർമെന്റ് ചടങ്ങിനെ ചൊല്ലി രൂപപ്പെട്ട തർക്കത്തിൽ മധ്യസ്ഥന്റെ റോൾ സ്വയം ഏറ്റെടുത്ത് സ്റ്റാഫ് സെക്രട്ടറി സുരേഷ് സാറ് ഒരുപായം നിർദ്ദേശിച്ചു "നടത്താം ടീച്ചറെ, ഒരു ചടങ്ങിന് നടത്തി പിരിയാം". വീർപ്പടക്കിയിരുന്ന സദസ്സിനു മുന്നിൽ ഈശ്വരപ്രാർത്ഥനയും സ്വാഗത-അദ്ധ്യക്ഷ പ്രസംഗങ്ങളും കടന്ന് കാര്യപരിപാടികളോരോന്നും അതിശീഘ്രം മുന്നേറി, പതിവു ചാരുബഞ്ചിലും ഒരേ നിറത്തിലെ സാരികളിലും അല്ലെങ്കിലും സുഹൃത്തുക്കൾ മൂവരും ഒരുമിച്ചിരുന്നു. ആരംഭത്തിൽ കണ്ട ഉത്സാഹക്കുറവ് കാര്യങ്ങൾ സാധാരണമാം വിധം പുരോഗമിക്കുന്ന കണ്ട് പലരിലും കുറഞ്ഞു വന്നു. റിട്ടയർമെന്റ് ചടങ്ങുകളിലെ വൈകാരിക ആകർഷണമായ നന്ദി പ്രസംഗം ഇവിടെ സുഭാഷിണിയെ കരുതി വേണ്ടാന്നു വെച്ചത് മല്ലയ്യാ മാഷിനും വലിയ ഉപകാരമായി. കാര്യപരിപാടി ത്സടുതിയിൽ അടുത്ത ഇനമായ ചായകുടിയിലേക്ക് നീങ്ങി. എല്ലാരും എഴുന്നേൽക്കാൻ നേരം റംലത്തിന്റെ കാതിൽ സുഭാഷിണി ചോദിച്ചു " നന്ദി പറയണ്ടേ?", "ഓ അതൊന്നും വേണ്ട സുഭാഷിണി, വാ നമ്മുക്ക് ചായ കുടിക്കാം" റംലത്ത് ബുദ്ധിപൂർവ്വം കൈകാര്യം ചെയ്തു. എങ്കിലും ഇത്രകാലം ഇവിടുന്ന് കിട്ടിയതിനൊക്കെ ഇന്നല്ലെങ്കിൽ പിന്നെ എന്നാ നന്ദി പറയുക?, സുഭാഷിണീടെ മനസ്സിൽ സംശയമായി; തന്നെയുമല്ല അതൊരുതരം ഇറക്കിവെയ്ക്കലുമല്ലേ? വീട്ടാകടങ്ങൾ പലതുമില്ലേ? അതു ബാക്കിയാക്കിയാൽ ഭാരമാകും, സുഭാഷിണിയുടെ ചിന്തകൾക്ക് കനം വെച്ചു, മനസ്സിന് വല്ലാത്ത ഭാരം തോന്നി, മനസ്സിന്റെ ഭാരം താപ്പോട്ടിറങ്ങിയ പോലെ വല്ലാണ്ട് മൂത്രശങ്ക തോന്നി. ശകുന്തളയുടെ മാത്രം ചെവിട്ടിൽ കാര്യം അറിയിച്ച് ടീച്ചർ പുറത്തിറങ്ങി, കഞ്ഞിപ്പുരയുടെ പുറകിലെ വിറക് ഷെഡ്ഡിന്റെയെറമ്പിലിരുന്ന് മൂത്രമൊഴിച്ചിട്ട് നേരെ വീട്ടിലേക്ക് നടന്നു.

അക്കൊല്ലം ജൂൺ 1 ഒരു ബുധനാഴ്ച ആയിരുന്നു, വേനലവധി കഴിഞ്ഞ് സ്കൂള് വീണ്ടും ഉഷാറായി. ഏഴ് ബിക്ക് പുതിയ ക്ലാസ് ചാർജ്ജ് നിശ്ചയിച്ചിട്ടില്ല. ഒഴിവുള്ള ആരേലും പോയി ഹാജരെടു ക്കാൻ ഹെഡ്മാഷ് സ്റ്റാഫ് റൂമിലെത്തി പറയുമ്പോൾ റിട്ടയർമെന്റി നെടുത്ത ഗ്രൂപ്പ് ഫോട്ടോയും കൊണ്ട് പ്യൂൺ ബാലകൃഷ്ണ കമ്മത്ത് സ്കൂൾ ഗേറ്റ് കടന്നു വരികയും, സുരേഷ് സാറ് പുതിയ അദ്ധ്യയന വർഷത്തിലേക്കുള്ള ടൈം ടേബിൾ തിരക്കിട്ട് തയ്യാറാക്കുകയും, മറ്റദ്ധ്യാപകർ ക്ലാസ്സുകളിലേക്കുള്ള നടപ്പിനിടെ അവധിക്കാല വിശേഷങ്ങൾ പറയുകയുമായിരുന്നു. ഈ സമയം മല്ലികാ പ്രഭു, തെല്ല് പരിഭ്രമത്തോടെ സർവ്വീസിലെ തന്റെ ആദ്യ ക്ലാസിനായി സ്റ്റാഫ് മുറിയിൽ നിന്നിറങ്ങി, സ്കൂളിന്റെ പടിഞ്ഞാറെ ബ്ലോക്കിലെ ഏഴ്.ബിയെ ലാക്കാക്കി വരാന്തയിലൂടെ നടന്നു തുടങ്ങി. ക്ലാസുകളോ രോന്നിലും അദ്ധ്യാപകരെത്തിയ മുറയ്ക്ക് കുട്ടികളുടെ ആരവം നിലച്ചു, ക്രമേണ കെട്ടടങ്ങിയ ഒച്ചപാടിനിടയിലൂടെ അന്നേരം ഏഴ്.ബിയിൽ നിന്നും ജീവശാസ്ത്ര ക്ലാസ് ഉറക്കെ കേൾക്കാൻ തുടങ്ങി ! സകലരും അമ്പരന്ന് നിന്ന നേരം പ്യൂൺ വഴി ഹെഡ്മാഷ് അതിലിടപെട്ടു, ഏഴ് ബി. പെട്ടെന്ന് നിശ്ശബ്ദമായി.

രണ്ടാം നിലയിലെ ലൈബ്രറി കെട്ടിടത്തിന്റെ പടിഞ്ഞാറോട്ട് തുറക്കണ ജനാലയുടെ അഴിയിൽ കെട്ടി വെച്ച ഉച്ചഭാഷിണി മുരണ്ടു തുടങ്ങിയത് പൊടുന്നനെ ആയിരുന്നു, ഉത്തരത്തിനു താഴേ മുട്ടിയു രുമ്മിയിരുന്ന ഇണപ്രാവുകളിൽ ഒന്ന് ഞെട്ടലോടെ പറന്ന് ഫ്ലാഗ് പോസ്റ്റിന്റെ തുഞ്ചത്ത് ചെന്ന് കോളാമ്പിക്കഭിമുഖമായി ഇരുപ്പായി. കരണം മൂളിക്കുന്ന ഒന്നു രണ്ട് നിലവിളികൾക്ക് ശേഷം കോളാമ്പി ഒന്നടങ്ങി, പിന്നാലെ.. “ഏഴ്. ബിയിലെ കുട്ടികൾ മാത്രം ശ്രദ്ധിക്കുക” എന്ന മുഖവുരയോടെ സുഭാഷിണി ടീച്ചറുടെ ശബ്ദത്തിൽ പ്രത്യുത്പാദ നത്തെ പറ്റി ലക്ച്ചർ കേൾക്കായി, അണ്ഡ ബീജ സംയോജനമാണ് വിസ്താരം. സംഭവിക്കുന്നതെന്തെന്നറിയാൻ തിടുക്കപ്പെട്ട് ലൈബ്ര റിയിലേക്ക് ഓടിയ പ്യൂൺ ബാലകൃഷ്ണ കമ്മത്തിന് സ്റ്റാഫുകളുടെ മൂത്രപ്പുരയ്ക്കു മുന്നിൽ തെന്നി വീണ് കാലിന്റെ കുഴ തിരിഞ്ഞു. ആരോ വേഗം ഉച്ചഭാഷിണിയിലേക്കുള്ള കണക്ഷൻ വിച്ഛേദിച്ച് സ്കൂളിനാകെ ഉണ്ടായ ബാധ ഒഴിവാക്കിയെങ്കിലും, ഏഴ് ബിയിലെ വിദ്യാർത്ഥി കൾക്കപ്പോഴും ജീവശാസ്ത്രം കേൾക്കാമായിരുന്നു.

ഒടുക്കം അധികൃതർ കൂടിയാലോചിച്ച് ഏഴ്.ബിയെ തന്നെ ലിക്വി ഡേറ്റ് ചെയ്യാൻ തീരുമാനിച്ചു. ഏഴ്. ബി എന്നൊരു ഡിവിഷൻ

ഇല്ലെന്നായി, ആ കുട്ടികളെ പല ഡിവിഷനുകളിലായി വീതിച്ചിരുത്തി. ഏഴ്. ബി ആയിരുന്ന സ്കൂളിന്റെ തെക്ക്-പടിഞ്ഞാറെ മൂലയ്ക്കലെ ക്ലാസ് മുറി തത്ക്കാലം ഒഴിച്ചിട്ടു, പിന്നീട് താഴിട്ടു പൂട്ടി. ഏഴ്.ബി അടഞ്ഞ് തന്നെ കിടന്നു, ഒറ്റക്കുംതെറ്റക്കും വാതിൽ വിടവിലൂടെ ചെവി വട്ടം പിടിച്ച ഏഴാം തരക്കാർക്ക് മാത്രം പക്ഷേ അപ്പോഴും അത് കേൾക്കാമായിരുന്നു.

ഒറ്റമൈന

സത്യം പറഞ്ഞാൽ കല്ലെടുത്തെറിഞ്ഞ് കൊല്ലാനാ തോന്നിയത്, "ഈ ഭാഗ്യം കെട്ടവനൊക്കെ എറിഞ്ഞാൽ പക്ഷേ എവിടെ കൊള്ളാൻ?". ഏതായാലും വലിയ അന്തഃകരണ മായി പോയി, ആഫീസിൽ പോകാൻ വേഷമൊക്കെയിട്ട് കഴിഞ്ഞ് ഒന്നൂടെ വെളിക്കിറങ്ങാൻ പോണ ശീലമുണ്ട്, കുടവുമെടുത്ത് കക്കൂസിലോട്ട് പോകുമ്പഴാ മുറ്റത്ത് ഒരൊറ്റമൈന!

ഈയിടെയായിട്ട് ചെറുതിലെ തുടങ്ങി കേൾക്കണ മറ്റാർക്കും ചേതമില്ലാത്ത ചില നിമിത്ത ചിന്തകൾ എന്നെ അലോസരപ്പെടുത്താറുണ്ട്. അതിൽ തന്നെ ഒറ്റ മൈനയെ കണ്ടാലുള്ള അപലക്ഷണം അച്ചെട്ടാണെന്ന് അനുഭവമുള്ളതാ. ജീവിതം ആയുസ്സിന്റെ വളവ് തിരിയുന്ന സന്ധികളിൽ ഇങ്ങനൊക്കെ ചില വിചാരഭേദങ്ങൾ എല്ലാവരിലും രൂപപ്പെടുമെന്ന് ഇതിനെ പറ്റി ഇരുത്തി ചിന്തിച്ച ചില പ്പോഴൊക്കെ എനിക്ക് തോന്നിയിട്ടുണ്ട്. പക്ഷേ ഇന്ന വളവിൽ ഇന്ന തെന്ന് നമ്മുക്ക് പറയാനാവില്ല! മുപ്പതാമത്തെ വയസ്സ് പിന്നിട്ടപ്പോൾ -ദേ ഇതാണാ തിരിവെന്ന്-ഉറപ്പിച്ചതാ, ഇപ്പോൾ മുപ്പത്തിയഞ്ചിന്റെ തിരിവെടുക്കുമ്പോൾ തോന്നും ഇതാണെന്ന്, നാൽപ്പതിലോട്ട് നീട്ടി നോക്കുമ്പോ തോന്നും ഈ തിരിഞ്ഞതൊന്നും തിരിവല്ലാ ഒരു കൊട്ടും വളവവിടെ കാത്തിരിപ്പുണ്ടന്ന്!

അതവിടെ നിൽക്കട്ടെ, സംഗതി എന്താന്ന് വെച്ചാൽ, രാവിലെ എനിക്ക് വല്ലാതെ ദേഷ്യം വന്ന "ദിവസോം എന്തെല്ലാം കാര്യങ്ങളുള്ളതാ, ആരോടൊക്കെ സമാധാനം പറയണ്ടതാ,

ഇവറ്റയ്ക്കതൊന്നുമറിയണ്ട" ഞാൻ ചുറ്റുപാടും ഒരു കല്ലിനു വേണ്ടി പരതി. "ഈ നശിച്ച ജന്തുനെ ഒടുക്കണേ എന്റെ പുണ്യാളാ" പ്രാകി കൊണ്ടു ഞാൻ പറമ്പിലാകെ കണ്ണോടിച്ചു, അതിന്റെ ഇണ പരി സരത്തെങ്ങാനും കണ്ടേക്കുമെന്നു കരുതി, ഇല്ല! അതൊന്നെയുള്ളു!, ഇന്നിനി വരാൻ പോകുന്ന ദുരിതങ്ങളുടെ പ്രതീകം പോലെ ആ നശിച്ച മൈന പറമ്പിലൊറ്റക്ക് ലാത്തുന്നു.

ചോറുപൊതിയും എടുത്തോണ്ട് പുറത്തേക്കിറങ്ങുമ്പോഴും എന്റെ മനസ്സിൽ ആ ഒറ്റ ജന്തു വരുത്തി വെക്കാൻ പോണ വിനകളെ കുറിച്ചുള്ള ആധിയായിരുന്നു. ഏതാണ്ടൊക്കെ പറഞ്ഞും കൊണ്ട് അമ്മച്ചി പിറകിൽ ഒച്ച വെക്കുന്നുണ്ട്, ഒന്നും കേട്ടില്ല. ഓടി കിതച്ച് റോഡിലെത്തി. കപ്പേളേലെ പുണ്ണ്യാളച്ചന്റെ മുമ്പിൽ ചെന്ന് ആദ്യ മൊന്ന് കെറുവിച്ചു. ഞങ്ങള് തമ്മിലുള്ള എർപ്പാട് ഇന്നും ഇന്നലെയും തൊടങ്ങിയതല്ല. പള്ളീല് മുടങ്ങാതെ പോകുവായിരുന്ന കുഞ്ഞു കാലത്തൊരിക്കലും ഞാൻ ഇങ്ങേരടെ മുഖത്ത് നോക്കീട്ടില്ല. എഴാം ക്ലാസ്സിൽ പഠിക്കുമ്പോൾ ബാലശാസ്ത്ര കോൺഗ്രസ്സിൽ പങ്കെടുത്ത് സമ്മാനം വാങ്ങിയത് മുതൽക്ക് ഞാൻ ശാസ്ത്ര വാദിയുമാണല്ലോ! ഹൈസ്കൂളിൽ ചേർന്ന് ബസ്സിൽ സ്കൂളിൽ പോക്ക് തുടങ്ങിയപ്പോഴാ ഇതിയാനെ പരിചയപ്പെടുന്നത്, അന്നൊക്കെ പരീക്ഷാ കാലങ്ങളിൽ മാത്രം ടിയാന് ഒരോ രൂപ കൊടുക്കുമായിരുന്നു. പിന്നീടങ്ങോട്ടുള്ള വിദ്യാഭ്യാസ കാലത്ത് ചില്ലറ ഒന്നുമില്ലേലും പരസ്പരം അഭിവാദ്യം ചെയ്യുന്ന ശീലം യാന്ത്രികമായി തുടർന്ന് പോന്നു. ഇന്നിപ്പോൾ ദിവസവും പരീക്ഷങ്ങളുടെ കാലമായ സ്ഥിതിയ്ക്ക് അങ്ങേരെ കാണാതെ തരമില്ലല്ലോ. ഏതായാലും എന്നെക്കാൾ ക്ഷമയും സ്നേഹ വമുള്ള പുള്ളിയാ, ഒരിക്കലും പരിഭവമില്ല, ഒരേ ചിരി! പതിവുള്ള ഒരു രൂപാ തുട്ട് ഇട്ടിട്ട്, നേർക്കൊന്നു നോക്കി. അന്നേരമുണ്ട് എട്ടരേടെ എൽ. വീ. മോൾടെ ഹോൺ വിളി പിന്നിൽ കേൾക്കുന്നു.

ആരോഗ്യ വകുപ്പിനു കീഴിൽ മന്തുരോഗ നിവാരണത്തിനായുള്ള ഫയലേറിയയിൽ എൽ.ഡി. ആയുള്ള ജീവിതം തുടങ്ങിയിട്ടിപ്പോൾ മൂന്നരകൊല്ലമായി. ദിവസവും പുണ്യാളച്ച്ന്റെ നടക്കൽ നിന്നും എൽ.വി. മോളാ എന്നെ ടൌണിലെത്തിക്കുന്നത്. വൈകിയുള്ള ഉറങ്ങിയെഴുന്നേൽപ്പും, ഓടി പിടിച്ചുള്ള തയ്യാറെടുപ്പും, അവസാന റൌണ്ടിലെ ത്ധറാൻ മുട്ടലും, രാവിലെ തന്നെ മനുഷ്യന്റെ അടിവയ റ്റീന്ന് പുളിച്ചു തികട്ടിയ്ക്കുന്ന രണ്ട് ഗേയ്റ്റടകൾ പ്രതിയുള്ള ഉദ്വേഗവും, മിനിട്ട് സൂചിയെ തോല്പിച്ചോണ്ടുള്ള ഓഫീസ് പ്രവേശവും, വൈകും

വരെയുള്ള ഫയൽ നോട്ടവും, കൊള്ളി പറച്ചിലും, വൈകിട്ടത്തെ രണ്ടരയുടെ പരിപാടിയുമായി ജീവിതമിപ്പോൾ ക്രമപ്പെട്ടു കഴിഞ്ഞിരിക്കുന്നു. ഉമസ്ഥ പണിയുടെ പ്രവർത്തി മുദ്ര കണക്ക് കുടവയറും കഷണ്ടിയും ഏറുന്നുമുണ്ട്.

അപ്പീസിലേയ്ക്കുള്ള യാത്രയ്ക്കിടയിൽ 5 കിലോമീറ്റർ ദൂര വ്യത്യാസത്തിൽ രണ്ടിടത്തായി ഒരേ റെയിൽ പാത, ആദ്യം കിഴക്കോട്ടും പിന്നെ പടിഞ്ഞാറോട്ടും മുറിച്ച് കടക്കണം, രണ്ടിലൊന്നിൽ കുടുങ്ങാതെ അപ്പീസിലെത്തുന്നത് അപൂർവ്വമാണ്. ഇന്നേതായാലും ഒമ്പതേകാലിന്റെ പടിഞ്ഞാട്ടുള്ള ഗേയ്റ്റട ഗേയിറ്റ് കീപ്പറുടെ ദാക്ഷണ്യത്താൽ കഷ്ടിച്ച് കടന്നു കൂടി. ബസ്സിന്റെ പിന്നാലെ തൊട്ട് തൊട്ടില്ലാന്നുള്ള വിധത്തിൽ ഒന്നാം ഗേറ്റ് വീണപ്പോൾ ഞാൻ തല പൊക്കി ചുറ്റുപാടും നോക്കി, എന്റെ മാത്രമല്ല ഒരു പാടുപേരുടെ മുഖത്തുണ്ട് എനിക്കുള്ള പോലൊരു വിടർന്ന ചിരി. രണ്ട് ഗേറ്റുകൾക്കിടയിൽ ഒരു സ്റ്റേഷനുണ്ട് അവിടെ പാസിംഗ് ഉള്ളതിനാൽ ഇനി അടുത്ത ഗേറ്റിലും പിടി വീഴില്ല. അതുവരെ വീർപ്പടക്കി നിന്നിരുന്ന ചിലപ്പുകളൊക്കെയും ഉഷാറായി, എൽ.വി.മോൾ ചക്രം ഘടിപ്പിച്ച ഒരു ശബ്ദകൂടായി.

ഒച്ചപാടിനു നടുവിൽ ആകുമ്പോൾ സ്വൈര്യമായി വിചാരങ്ങളിലേർപ്പെടുകയാണ് എന്റെ ശീലം. വിചാരമധ്യേ അറിയാതെ മുഖത്ത് വിരിയുന്ന ചെറു ചിരിയോ, പിറുപിറുപ്പോ, പ്രാക്കോ ഒന്നും ആരും കാണുമെന്ന ശങ്ക വേണ്ട, എല്ലാരും അവരവരെയോ, മറ്റാരെയോ കേൾക്കുകയോ കേൾപ്പിക്കുകയോ ആകുമല്ലോ. എന്നെ പോലെ തന്നെ ഇവരൊക്കെയും ഇത്ര നേരം അസാധാരണമാം വിധം വീർപ്പടക്കി ഇരുന്നെങ്കിൽ, ഉറപ്പിച്ചിരുന്ന ഗേറ്റടയിൽ നിന്നും അത്ഭുതകരമാം വിധം രക്ഷപ്പെട്ടതിൽ അഹ്ലാദിക്കുന്നുവെങ്കിൽ; ഇവരും കാലത്ത് ആ അപായ സൂചന കണ്ടവരാകുമോ? ഇത്ര പേരും ഒറ്റ മൈനയെ കണ്ടവരോ? ഒന്നു കാണണേൽ കാഴ്ചബംഗ്ലാവിലോ കാട്ടിലോ പോകേണ്ട മയിൽ അല്ലല്ലോ, എമ്പാടുമുള്ള മൈനയല്ലേ വാസ്തവത്തിൽ നമ്മുടെ ദേശീയ പക്ഷി? പക്ഷേ ഒറ്റയ്ക്ക് ഒന്നുള്ള മൈന അശുഭ സൂചനയല്ലേ? ഒരു ജോഡി മൈനയ്ക്ക് ദേശീയ പദവി കിട്ടുമോ? ഏയ്, ദേശീയ പക്ഷി ഒന്നല്ലേ പാടുള്ളൂ? പതാകയും, മൃഗവും, ഭാഷയും, ഗാനവും പോലെ ഒറ്റ ഒന്ന്! അയ്യോ കാലത്തെ കല്ലോങ്ങിയത് അപ്പോ രാഷ്ട്രത്തിനു നേർക്കല്ലേ?

10.05ഓടെ ആപ്പീസിലെത്തി അവസാനത്തെ ആളായി രജിസ്റ്ററിൽ ഒപ്പിട്ടു. എല്ലാ രാവിലെകളെയും പോലെ അന്നും അപ്പീസിലെ അന്തരീക്ഷം കനം തൂങ്ങിയിരുന്നു. ഇനിയിപ്പോ 10.45 ഓടെ അയപ്പാണ്ണൻ ചായയും കൊണ്ട് വന്നെങ്കിലേ കാര്യങ്ങൾക്കൊരു അയവു വരൂ. സൂപ്രണ്ടിന്റെ മുഖത്തെ പിരിമുറക്കത്തീന്ന് ഒന്നും നിശ്ചയിക്കാൻ മേല, ഒന്നുകിൽ അരിയസ്സിന്റെ ക്ഷീണം കടുത്തതാകാം, അല്ലേല് ഏതേലും ഫയലിന്റെ പേരിലാകാം, അധികം അന്വേഷണങ്ങൾക്ക് മുതിരാതെ മിണ്ടാതെ ചുളിഞ്ഞ് സീറ്റിലിരുന്നു. പതിവ് പോലെല്ലാം നീങ്ങി തുടങ്ങി. ആപ്പീസിലെല്ലാ തരവുമുണ്ട്, മന്ദാകിനി മാഡത്തിന്റെ മോരൊഴിച്ച കൂട്ടാനിലും, രാജേന്ദ്രൻ തമ്പി സാറിന്റൊപ്പം പുകയെടുക്കാനും, ഗോപി സഖാവിന്റെ രാഷ്ട്രീയ ലൈനിന്ന ശ്രോതാവാകാനും, മെമ്പർഷിപ്പ് എടുക്കാനും, ചിട്ടിയ്ക്കും, ടീ പാർട്ടികൾക്കും,ഏതിനും ഞാൻ കൂടും. കൂട്ടത്തിൽ ചെറുപ്പക്കാരൻ, കെട്ടുപ്രായം കഴിഞ്ഞിട്ടും ഒറ്റാൻ തടി, വളവിനും തിരിവിനും നിക്കാത്ത നേരെ വാ- പോ തരം എന്നിങ്ങനെ; അവരോരോത്തർക്കും നമ്മളെ അടുപ്പിക്കുന്നതിന് ഓരോ കാരണമുണ്ടായിരുന്നു. ഒരോരുത്തരും എന്തിനാ അടുത്ത് കൂടുന്നതെന്ന് എന്നെ ബോധ്യപ്പെടുത്താൻ മറ്റുള്ളവർ ഒന്നു ചേർന്നും ഒറ്റയ്ക്കും ആത്മാർത്ഥമായി ശ്രമിക്കാറുള്ളതു കൊണ്ട് ടി കക്ഷികൾ ഓരോരുത്തർക്കും മറ്റുള്ളോരെ കുറിച്ചുള്ള മതിപ്പ് എത്രയെന്ന് എനിക്കറിയാം. അതു കൂടെ ഉള്ളിൽ വെച്ച് ഈ കളി കാണുന്നത് ഒരു സുഖമുള്ള ഏർപ്പാടാ.

മന്ത് കാലഹരണപ്പെട്ട മാരിയാകയാലും, ഇതിനേക്കാൾ അപകടകാരികളായ മാരികൾ ഊഴം വെച്ച് വർഷാവർഷം വന്ന് പോകുന്നത് കൊണ്ടും ആരോഗ്യ വകുപ്പിന് ഏത് നിമിഷവും ഉണ്ടായേക്കാവുന്ന തിരിച്ചറിവിൽ ലിക്വിഡേറ്റ് ചെയ്യപ്പെടാവുന്ന ഒന്നായിരുന്നു ഞങ്ങളുടെ ഓഫീസ്. ഈ ആസന്ന വിനാശ ചിന്ത ഞങ്ങൾക്കിടയിൽ ഒരു അരക്ഷിത ബോധവും ഐക്യവും ഉണ്ടാകാൻ കാരണമായിട്ടുണ്ട്. അധികം പൊതുജന സമ്പർക്കം ഒന്നും ഇല്ലാത്തതിനാൽ (ഒരു കാലം ചേർത്തല താലൂക്കിലെ ഏറ്റവും ജനസമ്പർക്കമുള്ള ആഫീസും, തലമുറകളുടെ ആശ്രയവുമായിരുന്നു ഈ ആഫീസ്) തന്നെ ചെയ്യുണ്ടതൊക്കെയും ചെയ്തു തീർത്തു ഇനി അല്പം വിശ്രമിക്കട്ടെ എന്നൊരു മട്ട് അപ്പീസിനും, ഞങ്ങൾക്കും, ഫയലുകൾക്കും ഉണ്ടെന്ന് തോന്നുന്നു. രാവിലത്തെ തത്രപാട് കഴിഞ്ഞാൽ പിന്നെ, ആഫീസ് ഒരു റിക്രിയേഷൻ റൂമാണ്, പത്ര വായനകൾ

അതിൽ നിന്നു കിട്ടുന്ന തുമ്പും തുരിമ്പിലും തുങ്ങിയുള്ള ചർച്ചകൾ, വാഗ്വാദങ്ങൾ, ചർച്ചകൾ..മാറിനില്പ് അസാധ്യമായതിനാൽ തന്നെ പലതിലും ഞാനും കൂടി എന്ന് വരുത്തും, ഇല്ലേൽ ആരെങ്കിലും വലിച്ചു ചാടിക്കും. 'ഒച്ചപാടുകൾക്ക് നടുവിൽ സ്വൈരവിചാരം' എന്ന കലയിൽ എന്റെ പ്രാവീണ്യം അനുദിനം മെച്ചമാകുന്നതിന്റെ ഗുട്ടൻസ് പിടി കിട്ടിയില്ലേ?

പക്ഷേ ചില നേരങ്ങളിൽ എനിക്കും പിഴയ്ക്കും, എന്തേലും അറിയാണ്ട് പറഞ്ഞ് പോകും. ആരുടെയും വശം ചേരാതെ ഉള്ളിൽ തോന്നിയത് അറിയാതെ പറഞ്ഞ് പോകുന്ന അത്തരം സന്ദർഭങ്ങളിൽ 'ഓഡ് വൺ ഔട്ട്' എന്ന സിവിൽ യുക്തിയിൽ അവർ ഒന്ന് ചേർന്ന് എന്നെ മാറ്റി നിർത്തും. ഇവറ്റകളോടൊന്നും സംസാരിച്ചിട്ട് യാതൊരു കാര്യമില്ലെന്നും, ഇനിയൊരിക്കലും അതുണ്ടാവില്ലെന്നും നൂറ് തവണ മനസ്സിൽ തീരുമാനിച്ചിട്ടുള്ളതാ. പക്ഷേ ചിലപ്പോൾ, ചിലത് കേൾക്കുമ്പോൾ അറിയാതങ്ങു പറഞ്ഞു പോകും. വേറെ ചിലപ്പോഴുണ്ട് നിർദോഷകരമായി പറയുന്ന തമാശയുടെ പേരിൽ പോലും നമ്മളൊറ്റപ്പെടും, കഴിഞ്ഞ ദിവസം ജൂനിയർ സൂപ്രണ്ട് ജയാമന്മഥൻ അവരോടൊപ്പം ആലുവായിൽ നിന്ന് കയറാറുള്ള ആ നഴ്സ് പെണ്ണിന്റെ കാര്യം എടുത്തിട്ടു, അഭ്യസ്ത വിദ്യയും, സുന്ദരിയുമായ നായർ സ്ത്രീ, ശുദ്ധ ജാതകക്കാരിയായതിനാൽ കെട്ടു നടക്കുന്നില്ലത്രേ! വേറെയൊന്നും വിചാരിച്ചല്ല, വർത്തമാനം ഒന്ന് കൊഴുക്കട്ടെ എന്ന് കരുതി "നിങ്ങടെ സമുദായത്തിൽ ശുദ്ധ ഗതിക്കാരായ ആണുങ്ങളില്ലേൽ പറ ജയ ചേച്ചി (ജയയെ ചേച്ചീന്ന് വിളിച്ചാൽ മതീന്ന് അവര് തന്നെ എന്നോട് ആവശ്യപ്പെട്ടതാണ്), ഞങ്ങള് പണ്ട് നായന്മാര് മതം മാറിയതാന്നാ അമ്മച്ചീടപ്പൻ പറയണത്". കളി പറഞ്ഞതും ജയയുടെ മുഖം മാറി, ഉടൻ തന്നെ പ്രസാദ ഭാവം തിരികെ പിടിച്ചെങ്കിലും മന്ദാകിനി മാഡത്തിന്റെയും മുഖമിരുണ്ടില്ലേ?.

ഉച്ച നേരത്ത് യൂണിയൻ ഫണ്ട് പിരിവുമായ് ഗോപി സഖാവെത്തി, അങ്ങോരുടെ ഭാഷയിൽ ഞാൻ ഒരു സാവധാന നിഷേധിയാണ്. സഖാവിന്റെ പാർട്ടി ലൈൻ ഒക്കെയും ക്ഷമയോടെ കേട്ടിരിക്കുമെങ്കിലും, ഒരു കാലത്തും ഞാനതിൽ കുരുങ്ങുകേല എന്ന് അങ്ങേർക്ക് പതുക്കെ പിടികിട്ടി. ഒരു ദിവസം അങ്ങേര് പണിപെട്ട് ന്യായീകരിക്കാൻ ശ്രമിച്ച ആണവ നിലയത്തെ സംബന്ധിക്കുന്ന പാർട്ടി നിലപാടിനെ ഞാൻ ചോദ്യം ചെയ്തപാടെ പുള്ളി കലിതുള്ളി "നീയൊക്കെ മാവോയിസ്റ്റാ, മാവോയിസ്റ്റ്"! മാവോ, ചാരു മജുംദാർ,

അജിത, വർഗ്ഗീസ് ഇവരെയൊക്കെ വായിച്ചറിയാം എന്നതിൽ കവിഞ്ഞ് എന്തേലും മാവോയിസം എനിക്കുള്ളതായി എന്റെ അറിവിലില്ല. തന്നെയുമല്ല നാട്ടിൽ ഡി.വൈ.എഫ്.ഐ യിലൂടെയും പള്ളിക്കൂടത്തിൽ എസ്.എഫ്.ഐയിലൂടെയും കൊണ്ടു വരാവുന്ന നിയമസാധുതയുള്ള വിപ്ലവമേ ഞാനായിട്ട് സ്വപ്നം കണ്ടിട്ടുമുള്ളൂ.!

കൂട്ടത്തിൽ അല്പം ഭേദം രാജേന്ദ്രൻ സാറാ, ആളുകളുടെ മെക്കിട്ട് കേറുകേല. മീനമിറച്ചിയും തിന്നണ ഞങ്ങടൊപ്പം ഇരുന്ന് ഉണ്ണുകേലെങ്കിലും, അതു കഴിഞ്ഞുള്ള പുകയടുപ്പിന് ഞാനും സാറുമൊരുമിക്കും. കൃഷിയും, ആരോഗ്യവുമാണ് സാറിന്റെ ഇഷ്ട വിഷയങ്ങൾ. പിന്നെ ജ്യോതിഷവും, അമ്മച്ചിയെ കൊണ്ട് എന്റെ ജനന നേരവും തീയതിയും കുറിച്ച് വാങ്ങി കഴിഞ്ഞാഴ്ച അങ്ങേരെ ഏൽപ്പിച്ചിരുന്നു. വളരെ ആത്മാർത്ഥമായി ചോദിക്കുമ്പോൾ എങ്ങനെ ഒഴിയാനാ? എന്നിട്ടും കുറെ കാലം ഞാൻ മനപ്പൂർവ്വം ഉഴപ്പി. ഒടുക്കം ഗത്യന്തരമില്ലാതെ കൊണ്ട് കൊടുത്തതാ, അതു വെച്ച് സാറ് ഗ്രഹനില തയ്യാറാക്കി കൊണ്ട് വന്നിട്ടുണ്ട്. അതിൻ പ്രകാരം കെട്ട്, കുടുംബം ഇതിനെ പറ്റി ഒന്നും ഇപ്പോൾ ചിന്തിക്കാതിരിക്കുന്നതാ നല്ലത്, ശനിയുടെ അപഹാരം തീരാൻ ഇനിയും 28 ആഴ്ചകളുണ്ട്. അതായത് ശനിയുടെ അവസാന പാദമാണ് ഇപ്പോൾ നടന്നു പോരുന്നത് 'കട്ടം വെട്ട് വെട്ടും' ഇത്രയും പറഞ്ഞ് ഗ്രഹനില കൈയ്യിൽ തന്ന് മടങ്ങുമ്പോൾ സാറെനിക്കിട്ട് ഒരു കുത്തും കുത്തി, "പരിഹാരത്തിന് ചെയ്യാൻ ചിലതൊക്കെയുണ്ട്, തന്നോട് അതൊന്നും പറഞ്ഞിട്ട് കാര്യമില്ലല്ലോ". അയാള് പോയ പുറകെ ആ കോപ്പ് ചുരുട്ടി കളയാനാ ആദ്യം തോന്നിയത്, തത്ക്കാലം മടക്കി പോക്കറ്റിലിട്ടു.

തിരികെ സീറ്റിലെത്തി മൂന്ന മണിനേരത്തെ പതിവ് പൂച്ചയുറക്കവും കഴിച്ചു. ആ നേരത്താണ് സകലരുടെയും വായനയും വിശകലനവും കഴിഞ്ഞ് അന്നത്തെ പത്രം കയ്യീ കിട്ടിയത്. വനിതാ സഖാക്കളൊക്കെയും വീട് പറ്റി കഴിഞ്ഞു, സൂപ്രണ്ടും നേരത്തെ പോയി, ഉച്ച കഴിഞ്ഞ് വന്ന ഗോപി സഖാവും, ബെന്നിയും ഞാനും മാത്രമെ അഫീസിലുള്ളൂ. പത്രത്തിലൂടെ വെറുതെ ഓടിച്ചു പോകുമ്പോഴുണ്ട് ഒമ്പതാം പേജിൽ ഒരു മാവോയിസ്റ്റ് ജാഗ്രത കണ്ണും മിഴിച്ചിരിക്കുന്നു. കേരളത്തിൽ മനുഷ്യാവകാശ പ്രവർത്തനങ്ങളുടെ മറവിൽ മാവോയിസ്റ്റുകളും, മറ്റ് തീവ്രവാദ സംഘടനകളും സജീവമാകുന്നുവത്രേ! കരുതൽ തടങ്കൽ നിയമത്തിനെതിരായി കഴിഞ്ഞ ദിവസങ്ങളിൽ വിവിധ ജില്ലകളിൽ നടന്ന യോഗങ്ങളുടെ സംഘാടകരെ പറ്റി

സെണ്ട്രൽ ഐ.ബി. കേരളാ പോലീസിന്റെ സഹായത്തോടെ വിവരങ്ങൾ ശേഖരിക്കുന്നെന്ന്! കഴിഞ്ഞ രണ്ടാം ശനിയാഴ്ച ആലപ്പുഴയിൽ നടന്ന യോഗത്തിന്റെ അറിയിപ് പോസ്റ്റ് വഴി എനിക്കും കിട്ടിയിരുന്നു, ഓഫീസ് അഡ്രസ്സിൽ, ഉടലിന് ചെറിയൊരു പെരുപ്പ് തോന്നി. പോസ്റ്റുമാന്റെ കൈയ്യിൽ നിന്നും കാർഡ് വാങ്ങി എനിക്ക് കൊണ്ട് തന്നത് ഗോപി സാറാ. പത്രം മടക്കി ചുറ്റും നോക്കി, ഗോപി സാറ് സീറ്റിലുണ്ട്- അങ്ങോരുടെ ചുണ്ടത്ത് അർത്ഥം വെച്ചുള്ള ചിരിയില്ലേ?- ഏയ്, ചുമ്മാ തോന്നിയതാകും, സംഘാടകരെ കുറിച്ച് മാത്രമല്ലേ അന്വേഷണമുള്ളൂ.

വേഗം നാട്ടിലെത്തി വൈകിട്ടത്തെ പിരിവിന്റെ നേരം കളം പിടിക്കാമെന്ന് കരുതി ഞാൻ തിടുക്കത്തിൽ ആഫീസ് പൂട്ടിയിറങ്ങി. അപ്പോഴുണ്ട് രാജേന്ദ്രൻ സാറും ഗോപിസാറും കൂടി താലൂക്കിലെ ഉണ്ണിയുമായി വരുന്നു. ഉണ്ണീടെ ഭാര്യ രണ്ടാമതും പ്രസവിച്ചു, ആൺകുഞ്ഞ് ; നഗരത്തിലെ പതിവ് സങ്കേതത്തിൽ മാനേജരുടെ വക പ്രത്യേക കരുതലുകളും ഉപചാരങ്ങളും രുചിച്ച് സംഗതി ഞങ്ങൾ ആഘോഷമാക്കി. പുഴുങ്ങിയ മുട്ടയുടെ തോട് പൊട്ടിച്ചിടാൻ പാത്രം പരതിയ രാജേന്ദ്രൻ സാറിന്റെ കയ്യിൽ ഞാൻ ഗൃഹനില കുറിപ്പ് കൊടുത്തു, എന്റെ വരാൻ പോണ ശുക്രന്റെ പുറത്ത് ഗോപി സാറ് ദേ, അയില തല ചവച്ച് തുപ്പുന്നു. പതിവ് രണ്ടരയ്ക്ക് പുറമേ ഞാൻ ഒരു ചെറുതു കൂടി ചെലുത്തി, കുഞ്ഞിന്റപ്പന്റെ സന്തോഷത്തിനു വേണ്ടി, ഉണ്ണി ആരാരിരോ... തങ്കം ആരാരിരോ... ഞാനും പാടി.

ഇന്നിനിയിപ്പോ വണ്ടി പിടിക്കണ്ട, ഗോപി സാറിന്റെ സ്കൂട്ടറിൽ വീടെത്താം, ഇത്തരം സന്ദർഭങ്ങളിൽ അല്പം വളഞ്ഞ് സഞ്ചരിക്കാൻ മടിയുള്ള ആളല്ല പുള്ളി, തന്നെയുമല്ലാ രണ്ടെണ്ണം വിട്ടാൽ പിന്നെ നമ്മളെയൊക്കെ വലിയ കരുതലാ . ആ നേരത്ത് സ്വന്തം പാർട്ടിയുടെ വഴിവിട്ട സഞ്ചാരത്തെ പറ്റിയൊക്കെ വിട്ടു പറയും. ഇത്തിരി ഓവറായാൽ "ഒരു തരത്തിൽ നോക്കിയാൽ നിങ്ങളൊക്കെ പറയുന്നതാടോ ശരി" എന്ന് വികാരപ്പെടും, "പാർട്ടി എന്റെ അമ്മയാ, ഇ.എം.എസ് എനിക്ക് അച്ഛനെ പോലാ" എന്നൊക്കെ വിമ്മിട്ടപ്പെടും, 'സാവധാന നിഷേധി' എന്ന് എന്നെ ചെല്ലപേര് വിളിക്കും. ഗോപി സഖാവ് പച്ചക്കറി കടയിലാണ്, ഞാനൊരു സിഗരറ്റ് കൊളുത്തി നിയമത്തിന്റെ പരിധി ഒഴിഞ്ഞ് ഒരിടത്തേക്ക് മാറി നിന്നു, വെറുതെ മനസ്സില് അന്നത്തെ ദിവസമൊന്നോർത്ത് നോക്കി, വിചാരിച്ച പോലൊന്നും വന്നില്ല, എന്നു തന്നെയല്ല

പതിവില്ലും വൃത്തിയായിട്ട് കാര്യങ്ങൾ നടക്കുകയും ചെയ്തു, ഉണ്ണീടെ കുഞ്ഞിന്റെ പിറവിയുടെ പേരിൽ രൂപാ നൂറന്ന് ലാഭവുമായി. ഛേ, രാവിലെ വെറുതെയാ പാവം മൈനയെ പ്രാകി!

വീടെത്തിയാൽ ഞാൻ പിന്നെ ആരോടും കൂടുതൽ വിസ്തരിക്കലൊന്നുമില്ല. ഊണ് കഴിച്ചേച്ച് കിടക്കും അതാ പതിവ്, അമ്മച്ചിക്കോ പെങ്ങൾക്കോ എന്തേലും പറയാൻ വേണ്ടിട്ട് ഞായറാഴ്ച കാലത്ത് അവര് പള്ളി പിരിഞ്ഞ് വരാൻ നേരം സമയം അനുവദിച്ചിട്ടുണ്ട്. ഒന്നിനും ആരും കാരണക്കാരല്ലേലും എല്ലാറ്റിനും അവരാ കാരണക്കാരെന്നുള്ള മട്ടാ വീട്ടിലെന്റേത്. സഹികെട്ട് എന്തേലും പറയാൻ പെങ്ങള് ഒരുമ്പെട്ടാൽ തന്നെ അമ്മച്ചി തടയും, “വേണ്ടടീ, ഒന്നും പറയാൻ പോകണ്ട, അവന്റെ നേരം ശരിയല്ല”. അതു കൊള്ളാം, ഒരു ഗ്രഹനിലയും കൂടാതെ എനിക്ക് ശനിയുടെ കട്ടം വെട്ടാന്ന് അമ്മച്ചി എങ്ങനെ മനസിലാക്കി.

ഊണ് കഴിഞ്ഞ് കിടന്ന് പതിയെ ഉറക്കത്തിലേക്ക് വീണെന്നുറപ്പിച്ചതാ, അപ്പഴുണ്ട് അപ്പുറത്തുന്ന് അനിയത്തി പെണ്ണിന്റെ വർത്തമാനം കേൾക്കുന്നു “അമ്മച്ചി, ദേ, മിറ്റത്തൊരു മൈന, ചത്തെന്ന് തോന്നണ്”

അയ്യോ, പുണ്യാളച്ചാ, ചതിച്ചോ?

ആ ഒറ്റ മൈന!

എനിക്ക് നെഞ്ചിടിപ്പ് കൂടി, വിയർത്തു..

ഇനിയോ...?

രാവിലെ പോലീസെത്തും,പടമെടുക്കും, മൊഴിയെടുക്കും, ഫോറൻസീക്കുകാരെത്തും, വിരലടയാളം പതിപ്പിക്കും,പോലീസ് നായ വരും, മണം പിടിച്ച്, മണം പിടിച്ച്, അതെന്റെയുടുത്തേയ്ക്ക് വരുമോ?

തല ചുറ്റുന്നു..

ചെന്തീപോലൊരു മാലാഖ

1

പട്ടാളത്തില് ട്രക്ക് ഓപ്പറേറ്ററായിരുന്ന മാക്കോച്ചം പറമ്പിൽ ഫ്രാൻസിസ് സേവിയർ എന്ന പാപ്പച്ചനു ബംഗ്ലാദേശ് യുദ്ധത്തില് ഇടത്തേ കാല് നഷ്ടപെട്ടു. ആനുകൂല്യങ്ങളും ബഹുമതി പത്രവും മേടിച്ച് മരക്കാലേല് വന്നിറങ്ങിയ പാപ്പച്ചൻ ചേട്ടനെ കാണാൻ ആൾക്കാരു കൂടി. സ്വരാജ്യത്തിനു വേണ്ടി അംഗം ഭംഗം ചെയ്ത ജവാനെ നാട്ടുകാര് യഥാവിധം സ്വീകരിച്ചു. പെട്ടിയും കിടക്കയും മറ്റ് സാധനങ്ങളും മേടിച്ച് പിടിച്ച് ഒരു ജാഥയാണ് നടയ്ക്കല് നിന്ന് മാക്കോച്ചം പറംബിലേക്ക് നീങ്ങീയത്. വരാന്തേല് കേറി ചേട്ടൻ എല്ലാർക്കും നന്ദി പറഞ്ഞു. “പാപ്പച്ചൻ വിശ്രമിക്കട്ടെ, ഇവിടെ കാണുവല്ലാ, വിശേഷമൊക്കെ പിന്നെയാകാം” ആരോ പറഞ്ഞതു എല്ലാർക്കും ശരിയാണെന്ന് തോന്നി അന്നേക്ക് പിരിഞ്ഞ് പോയി.

പാപ്പച്ചൻ വന്ന് പത്തു നൂറ് ദിവസത്തേക്ക് മക്കോച്ചം പറമ്പിലെ മുറ്റത്ത് ആളൊഴിഞ്ഞില്ല. പാപ്പച്ചൻ ചേട്ടൻ പട്ടാളത്തീന്ന് കൊണ്ട് വന്ന മടക്കുകട്ടീലേലിരിക്കും,കേൾവിക്കാരു വരാന്തേലും മിറ്റത്തുമായി വന്നും പോയുമിരിക്കും. ചേട്ടൻ പറഞ്ഞുതുടങ്ങും. കേട്ടവരു കേട്ടവരു പറഞ്ഞുകേട്ട് പട്ടാള കഥകള് നാടറിഞ്ഞു, കൂടുതല് പേര് വരാനും തുടങ്ങി. ആദ്യമാദ്യം പരിചയക്കാരായിരുന്നു, ചേട്ടനു

നേരിൽ പരിചയമുള്ളവര്; പിന്നെ പിന്നെ അവരുടെ പരിചയക്കാരും അവരുടേം പരിചയക്കാര് എന്ന വിധത്തിൽ ആ നാട്ടീന്നും മറുനാട്ടീന്നും ആള് വന്നു തുടങ്ങീ. വരുന്നവര് ബീഡിയും സിഗരറ്റും കൊണ്ടുവരും, സിഗരറ്റ് ചേട്ടനും ബീഡി മറ്റുള്ളവർക്കും. കഥ പറച്ചില് ദിവസങ്ങൾ പിന്നിടും തോറും പറഞ്ഞു പറഞ്ഞ് ചേട്ടന് ഹരം കേറി, ഇന്നെടത്ത് നിന്നെന്നില്ല എങ്ങോട്ടേയ്ക്കെന്നുമില്ലാ ചേട്ടൻ പറഞ്ഞോണ്ടിരിക്കും, പറയുമ്പോൾ ആടിയുലയും, ആർത്തു ചിരിക്കും, മീശ തുടയ്ക്കും, നീട്ടും, കുറുക്കും, നിർത്തും എല്ലാം തനിക്ക് വേണ്ടി തന്നെ. പോകെ പോകെ കേൾവിക്കാരിൽ പലർക്കും സംശയമായി; പറഞ്ഞ കഥകൾ തന്നെയാ പലതും ചേട്ടൻ ആളും തരവും നേരവും പരുവപ്പെടുത്തി ആവർത്തിക്കുന്നത്. കഥകളുടെ കാല ദേശങ്ങളെ ചൊല്ലി പലേടത്തും തമ്മിൽ തർക്കങ്ങളായി. സംശയങ്ങൾ കൂടുതൽ പേരിലേയ്ക്ക് വ്യാപിച്ചു ബലപ്പെട്ടു, അതോടെ വരവിന്റെ ആക്കം കുറഞ്ഞ് തീരെ ശോഷിച്ചു; താമസിയാതെ ഇല്ലാതായി. ബീഡി വാങ്ങാൻ റോഡിലേക്ക് തനിയെ പോകേണ്ട ഗതിയയി, പാപ്പച്ചന്. പോകാൻ മടിയായിട്ടല്ല, പക്ഷേ മുറുക്കാൻ കടേല് ചെന്നാല് അവിടെ നിക്കണവർക്കും വരുന്നവർക്കും ആകെ അറിയേണ്ടത് "ഇന്നാരും വന്നില്ലേന്ന്"? മാത്രം, ഒതുക്കത്തിലൊരു ചിരിയും.

കയ്യീ കരുതി വെച്ച് വലിക്കുന്ന ശീലം ചേട്ടന് പണ്ടേ ഇല്ല, എത്ര ഒണ്ടേലും വലിച്ചു തീരും, പിന്നെയുള്ള അത്താണി പാപ്പച്ചന്റെ കഥായജ്ഞം മുടക്കമില്ലാതെ ദിവസവും കേട്ട നിഷ്ഠയുള്ള കേൾവിക്കാരി കുഞ്ഞുമേരി മാത്രമായിരുന്നു. പതിനാറാം മൈലിൽ ഉച്ചക്കട നടത്തണ മാണീടെ ഒള്ളേല്ലിളയ മോള് മേരിയാണ്. ആൾക്കാര് വരവ് നിറുത്തിയിട്ടും, ചേട്ടൻ പറയാതായിട്ടും മേരി പതിവ് തെറ്റിച്ചില്ല, കടേലെ പണിയും കഴിഞ്ഞ് പോരുമ്പോ കുഞ്ഞുമേരി പാപ്പച്ചൻ ചേട്ടന്റെ വീട്ടി കേറും, തലേന്നേ അങ്ങേരേൽപ്പിച്ച ചില്ലറയ്ക്ക് വാങ്ങിയ ബീഡി ഏൽപ്പിക്കും. കുറെ നേരം വർത്തമാനം കേട്ടിരിക്കും, ചില നേരം ചേട്ടൻ പഴയ താളം വീണ്ടെടുക്കും. കുഞ്ഞുമേരിക്ക് ചേട്ടന്റെ തടിച്ച് മീശയും അതിനിടയിലൂടെയുള്ള ബീഡി വലിയും കാറിതുപ്പും പറച്ചിലും അട്ടഹാസവുമൊക്കെ നന്നേ ബോധിച്ചു. കഥയുടെ രസത്തില് ചേട്ടൻ ഇളകുകേം തിരിയുകേം ചെയ്യുമ്പോ ഏന്നക്കേടിൽ ചിലപ്പോൾ മരക്കാലൊന്നിളകും, സംസാരം മുറിയും, മുഖം വേദന കൊണ്ട് കനക്കും; പതുക്കെ കാല് തിരിച്ചു നേരെയാക്കി സംസാരത്തിന്റെ താളത്തിലേക്ക് വേഗം തന്നെ അങ്ങേര് തിരിച്ചു കേറും, എന്നാലും പിന്നേം കുറെ നേരമെടുക്കും കുഞ്ഞുമേരീടെ ചങ്കിലെ

കാളല് മാറാൻ. തുടക്കത്തില് അവളുടെ ഉള്ളിലിരുപ്പ് പാപ്പച്ചന്റെ പിടികിട്ടീല്ല,പട്ടാളത്തീന്ന് അവധിക്കു വരുംമ്പോൾ കടവിലെ പകിടകളി തട്ടില് സഹകളിക്കാരായിരുന്ന മാണി കപ്യാരും പാപ്പച്ചനമൊക്കെ, അന്ന് പാൽ പാത്രവും കിലുക്കി പോണ കുഞ്ഞുപെണ്ണിനെ കണ്ടിട്ടുമുണ്ട്. പോകെ പോകെ അവളുടെ നോക്കും ഇളക്കവും പരിഭവവും പാപ്പച്ചന് ബോദ്ധ്യമായി തുടങ്ങി.

പട്ടാളത്തില് നഴ്സായിരുന്ന അങ്കമാലിക്കാരി എലിസബത്തായിരുന്നു പാപ്പച്ചന്റെ ഒന്നാം കെട്ട്, അതിലൊരു മകനുമുണ്ട്. ആറേഴ് കൊല്ലമേ അവരൊരുമിച്ചുണ്ടായിരുന്നുള്ളു. പള്ളിരേഖകളില് അവരിപ്പോഴും ഭാര്യാഭർത്താക്കന്മാരാണ്, അവര് ഒരുമിച്ചല്ലന്നെയുള്ളു, രണ്ടു പേർക്കും അതില് പരാതിയുമില്ല. സർവ്വീസീന്ന് പിരിഞ്ഞപ്പോ കിട്ടിയ കാശില് നല്ല പങ്കും ചേട്ടൻ ചെറുക്കന്റെ പേരില് പോസ്റ്റാപ്പീസില് നിക്ഷേപമിടുകയും ചെയ്തു. എട്ടു പത്ത് കൊല്ലമായി ഭാര്യയുമായി പിരിഞ്ഞിട്ട്, വയസ്സ് അമ്പതിനുമേലായെങ്കിലും തണ്ടും തടിയും കേടില്ല, കുഞ്ഞുമേരീടെ സാമീപ്യത്തിൽ പാപ്പച്ചനും ഒന്നിടറി.

II

മിലിട്ടറിമേജറായിരുന്ന വാടയ്ക്കലെ അന്ത്രപ്പേരെ കാണാൻ ബസ്സേല് ആലപ്പുഴയ്ക്ക് പോയി തിരിച്ച് കാറിൽ വന്നിറങ്ങിയ പാപ്പച്ചന്റെ മുഖ ഭാവമൊന്നും അന്നാട്ടിലാരും ഗൌനിച്ചില്ല. പക്ഷേ എറെ വൈകാതെ അവരറിഞ്ഞു, പട്ടാളം പാപ്പച്ചന് ഉദയായില് പണി കിട്ടി- സെക്യൂരിറ്റി പണി. യുദ്ധത്തില് വൈകല്യം സംഭവിച്ച പാപ്പച്ചനോട് അന്ത്രപ്പേർക്ക് സഹതാപം തോന്നി, കുഞ്ചാക്കോയോട് ശുപാർശ ചെയ്തു. സ്റ്റുഡിയോയുടെ വിശാലമായ വളപ്പിലെ ആർട്ടിസ്റ്റ് കോട്ടേജുകളുടെ സൂക്ഷിപ്പുകാരനായി പാപ്പച്ചൻ. സത്യനും, നസീറും,ഷീലയും, ജയഭാരതിയുമൊക്കെ തങ്ങാറുള്ള കോട്ടേജുകളുടെ ഇൻ-ചാർജ്, എല്ലാവരെയും നേരിൽ കാണാം, അടുത്തിടപഴകാം, കൂടെ നിന്നു ഫോട്ടോ എടുക്കാം. അവർക്കെല്ലാം ചേട്ടനോടുമുണ്ട് ഒരു പ്രത്യേക മമത,'പാപ്പച്ചാ'ന്ന് പേരെടുത്ത് വിളിക്കുന്ന അടുപ്പം.

മാക്കോച്ചം പറമ്പില് വീടിന്റെ ഉമ്മറത്ത് ആകെ ഉണ്ടായിരുന്ന തിരുവത്താഴത്തിന്റെ ചിത്രത്തിന്റെ സ്ഥാനത്തിപ്പോൾ നിറയെ ഫോട്ടോകളാണ്, താരങ്ങൾ ഓരോർത്തർക്കുമൊപ്പം പാപ്പച്ചൻ നിൽക്കുന്നത്. കൂട്ടത്തിലൊന്ന് വലുതാക്കി ഫ്രെയിം ചെയ്തിരുന്നു-സത്യൻ മാഷിനും കുഞ്ചാക്കോയ്ക്കും നടുവിൽ പാപ്പച്ചൻ ഇരിക്കുന്ന

ചിത്രം." പാപ്പച്ചന് അഭിനയിക്കണോ?" അധികമാരോടും അടുപ്പം കാട്ടാത്ത സത്യൻ മാഷ് പെട്ടന്ന് ചോദിച്ചപ്പോ ഒന്നും മിണ്ടാതെ തൊണ്ടതടഞ്ഞ് നിന്നതേയുള്ളു പാപ്പച്ചൻ. വേറൊരു ദിവസം പാപ്പച്ചനെ സത്യൻ മാഷ് വിളിപ്പിച്ചു, ചെല്ലുമ്പോൾ മാഷ് ഷോട്ടിലാണ്; "മുറുക്കാൻ കടക്കാരന്റെ റോളാ പാപ്പച്ചൻ ചെയ്യ്, അതാകുമ്പം ഇരുന്നാ മതി". അങ്ങനെ പാപ്പച്ചൻ സിനിമായിലും തല കാട്ടി. പിന്നെയും പടങ്ങളില് ഫില്ലിങ്ങിന് ആളെ വേണ്ടുമ്പോൾ പ്രൊഡക്ഷൻകാര് ചേട്ടന്റെ പേര് പറഞ്ഞു. സിനിമേല് വന്നതോടെ ആളുകള് പാപ്പച്ചന്റെ അടുക്കലേക്ക് വീണ്ടും അടുക്കാൻ തുടങ്ങി, എല്ലാർക്കും സിനിമാകഥകള് കേൾക്ക്ണം; ചേട്ടൻ പക്ഷേ ഒന്നും വിട്ടു പറഞ്ഞില്ല, വരുന്നവന്റെ നേരും കുറും തന്റെ മുൻ കാല അനുഭവവുമായി തട്ടിച്ചു നോക്കി ഗുളിക പരുവത്തില് മാത്രം വിളംബി. ഇക്കുറി കഥപറച്ചിലിന് ചേട്ടൻ വേറെയും നിഷ്കർഷകള് വെച്ചു, എല്ലാ ഞായറാഴ്ച്ചയും ഉച്ച തിരിഞ്ഞ് വൈകിട്ട് ഏഴ് വരെ മാത്രമെ കഥ പറയൂ, ശ്രദ്ധേയമായ മറ്റൊരു പരിഷ്ക്കാരം കേൾവിക്കാരിൽ നിന്ന് ബീഡി, സിഗരറ്റ് പോലുള്ള ഉപഹാരങ്ങൾ നിരോധിച്ചതായിരുന്നു. അതൊക്കെ ശീലിച്ചാ പിന്നൊരുകാലം മോശം വരുമ്പോൾ ആപത്താകുമെന്ന് അനുഭവം പഠിപ്പിച്ചു. ആദ്യമൊക്കെ കേൾവിക്കാർക്ക് മുറ്റത്ത് പായ വിരിക്കാനും ചേട്ടൻ സമ്മതിചില്ല, പിന്നെ അതല്ല ശരിയെന്നു തോന്നി സമ്മതിച്ചു. വരണവർക്കു പായ വിരിച്ചും ചായ പകർന്നും വീട്ടുകാരത്തിയായി കുഞ്ഞുമേരിയുമുണ്ടാകും, പള്ളിക്കാരേം ഇടവകേലുള്ളവരേം വെറുപ്പിച്ചാണേലും മേരികുഞ്ഞ് ഇതിനോടകം പാപ്പച്ചന്റെ രണ്ടാം പെണ്ണായി. വീട്ടുകാരെ മറുത്ത് തന്തേടെ പ്രായമുള്ള ആളെ കെയ്ട്ടിയതോടെ കുഞ്ഞുമേരി എല്ലാരുടേം മുന്നിൽ തന്റേറടി പെണ്ണായി, "ആ നരുന്ത് പെണ്ണാ"! ന്ന് പലരും ആശ്ചര്യപ്പെട്ടു. കിളിരം കുറഞ്ഞ് നേർത്ത രൂപവും കുഞ്ഞു വായും കീ, കീ ന്നുള്ള ശബ്ദവും-മേരി എല്ലാരുടേം കുഞ്ഞായിരുന്നു, എന്നാൽ ചൊടിയിലും തന്റേടത്തിലും അവൾക്കുണ്ടായിരുന്ന രൂപത്തെ വെല്ലുന്ന മിടുക്ക് അധികം ആർക്കും അറിവില്ലായിരുന്നു. പാപ്പ്ച്ചന്റെ വാശിയും മേരീടെ കൂസലില്ലായ്മയും ചേർന്ന് പള്ളിയേയും ഇടവകക്കാരേയും വെല്ലുവിളിച്ചു, ആ പിണക്കം ഏറെ കാലം നീണ്ടു.

അറുപത്തഞ്ചാം വയസ്സില് പാപ്പച്ചൻ ഉദയായിലെ പണി മതിയാക്കുമ്പോഴേയ്ക്കും സ്റ്റുഡിയോയുടെ പ്രതാപമൊക്കെയും കൊഴിഞ്ഞിരുന്നു. സിനിമ മദിരാശിലോട്ടും പുറംവാതിലിലേക്കും

വണ്ടികേറിയപ്പോൾ, പത്രാസ്സും ഗമയുമൊക്കെ കൂടെ കേറി. സെറ്റും ഷൂട്ടിങ്ങും ഇല്ലാതെ കാട് കേറിയ നാൽപ്പതേക്കറിൽ ഒരുപിടി പ്രതാപകഥകളുടെ കൈവശാവകാശവുമായി സൂക്ഷിപ്പുകാരൻ പാപ്പച്ചനും ഒന്നുറക്കെ കൂവി നിറുത്തിയ കിതപ്പോടെ ഗേറ്റിനു മുകളിൽ സിമന്റിൽ തീർത്ത പൂവൻ കോഴിയും ബാക്കിയായി. ഇടയ്ക്ക് പഴയ സ്റ്റുഡിയോ കാണാനും, ലൊക്കേഷൻ നോക്കാനും, വില പറയാനുമൊക്കെ ഒരോരുത്തര് വരും, ചേട്ടനവർക്കെല്ലാം ആവേശത്തോടെ കാട്ടി കൊടുക്കും; "ഇത് നസീർ സാറിന്റെ, ഇത് വയലാറിന്റെ, വേറാരുണ്ടേലും സത്യൻ മാഷ് വന്നാല് ഈ കോട്ടേജ് ഒഴിഞ്ഞുകൊടുക്കും". ഉദയായുടെ മുറ്റത്ത് കാലെടുത്തു വെച്ചത് ചേട്ടന് ഓർമ്മയുണ്ട്, ഒരാവേശമായിരുന്നു; അവിടുന്ന് അവസാനത്തെ യൂണിറ്റ് വണ്ടി തിരിക്കും വരെയും അതേ ആവേശത്തോടെ തന്നെ പാപ്പച്ച്ൻ എല്ലാറ്റിനും മേൽനോക്കി. വൈകല്യവും പ്രായവുമൊന്നും ഒന്നിനും തടസ്സമായില്ല. മെല്ലെ ചേട്ടനും മടുത്തു അവിടമാകെ മൂടി നിന്ന നഷ്ടപ്രതാപത്തിന്റെ കനം പാപ്പച്ചന് താങ്ങാനാവാതായി. ചേട്ടൻ കുഞ്ചാക്കോയെ ചെന്ന് കണ്ടു കാര്യം പറഞ്ഞു, അങ്ങേര് സന്തോഷത്തോടെ കേട്ടു, കുറച്ചു രൂപയും കയ്യില് നൽകി ഉപദേശിച്ചു, "ഈ മേലാത്ത കാലും കൊണ്ട് പാപ്പച്ചൻ ഇനി എവിടേലും അടങ്ങിയിരിക്ക്, കാശിന് ആവശ്യം വന്നാല് ഇനിയും ചോദിക്കണം". പോരാൻ നേരം കുഞ്ചാക്കോ കൊടുത്ത കാശും തന്റെ നായികാനായകന്മാരെ പോലെ വൃദ്ധപ്രായമടുത്ത കുറെ കഥകളുമായിരുന്നു പാപ്പച്ചന്റെ സമ്പാദ്യം. മറ്റൊന്നു കൂടി അങ്ങേര് കയ്യിലെടുത്തു, സ്റ്റുഡിയോയുടെ വടക്കെ മൂലയിലെ കൃത്രിമ കുളത്തിന്റെ കിഴക്കെ കരയില് ഒരുപാട് വെള്ളം കോരിയ ഓറഞ്ച് ചെടിയുടെ തൈയ്യ്!

III

പണി മതിയാക്കി വീട്ടിലിരിപ്പായ പാപ്പച്ചന് ഓറഞ്ചു ചെടിയേലായി ശ്രദ്ധ. പടിഞ്ഞാറെ കുളത്തിന്റെ മട്ടയ്ക്ക് തടം കോരി പായലും ചകിരിയും പച്ചിലയും ചാരവുമിട്ട് തൈ നട്ടു, ദിവസവും വെയിലാകും വരെയും വൈകിട്ടും ചിക്കി പെറുക്കിയും വെള്ളം കോരിയും ചേട്ടൻ ഓറഞ്ചിന്റെ ചോട്ടിലുണ്ടാകും. അവിടിരിക്കുമ്പോൾ പാപ്പച്ചന്റെയുള്ളീന്ന് ഓർമ്മകൾ തള്ളി പെരുകി വരും, മിക്കതും വെറുതെ നണഞ്ഞു ഉപ്പും; ഏതേലും ഒന്ന് മാത്രം വായില് തടയും, അതും അയവെട്ടിയിരിക്കും. രാപകലില്ലാതെ അതിന്റെ

ചോട്ടീന്ന് മാറാതുള്ള അതിയാന്റെ നിൽപ്പ് കണ്ട് മേരി പെമ്പിള്ളയ്ക്ക് ആധിയായി "കർത്താവേ വല്ല ഏനക്കേടും തട്ടിയാ". ഒരു തവണ കലി കേറി നേർക്ക് പറഞ്ഞു പോയി "വെള്ളോം വളവുമില്ലാത്ത ഈ മണ്ണില് ഇതിനേം വെച്ച് കാക്കാൻ പ്രാന്താണാ നിങ്ങക്ക്". മേരി അത് പറഞ്ഞന്നേ ഒള്ളു, വഴി പോണ പലരും വേലിയ്ക്കല് ബീഡി പുക കണ്ട് "പാപ്പച്ചൻ ചേട്ടോ എന്തായി ഓറഞ്ച്?" ന്ന് വിളിച്ച ചോദിക്കുമ്പോ പറയാതെ പറയണത് വേറെയാണെന്ന് പുള്ളിക്ക് അറിയാഞ്ഞല്ലാ, പക്ഷേ അങ്ങേർക്ക് വിശ്വാസമായിരുന്നു "അത് പിടിക്കും അതേല് കായും വരും".

കുടകിലും വയനാട്ടിലും തടി കച്ചവടത്തിന് പോയിട്ടുള്ള കാദറ് സായിപ്പിന്റെ ഉപദേശം ചേട്ടൻ കേട്ടു, ബാർബർ ഷാപ്പീന്ന് ഒരു വട്ടി മുടി വാരി കൊണ്ടു വന്ന് ഓറഞ്ചിന്റെ ചോട്ടിലിട്ടു. അതേറ്റ പോലെ തന്നെ നാരകത്തേല് പെട്ട് പെട്ടന്ന് പൊടിപ്പ് പൊന്തി, ഒന്നര കൊല്ലമെടുത്ത് കായ്ച്ചു. ഒരിക്കൽ കൂടി മാക്കോച്ചം പറംബിലേയ്ക്കുള്ള വഴിയിൽ ആളനക്കം വെച്ചു. പലരും വന്നു കണ്ടു, പൂത്ത് - കായ്ച്ച് കിടക്കുന്ന ഓറഞ്ച് ചെടി!. ചേട്ടൻ കസേര പുറത്തിട്ട് മുറ്റത്തിരിക്കും, ആൾക്കാര് വന്നു കണ്ടു പോകും, ചിലര് വർത്തമാനത്തിന് അടുത്തു കൂടും, ആരെയും പ്രോഹത്സാഹിപ്പിക്കാറില്ല. രണ്ട് ചെറുപ്പക്കാര് ക്യാമറയുമായി വന്ന് ചേട്ടനെയും പെമ്പിള്ളയേയും ഇടംവലം നിർത്തി ഓറഞ്ച് ചെടിയുടെ പടമെടുത്തു, നാലഞ്ചു ദിവസം കഴിഞ്ഞ് പാല് മേടിക്കാൻ ചെന്ന പെമ്പിള്ളയെ നൈനാൻ സാറിന്റെ ഭാര്യ മനോരമേലെ പടവും വാർത്തയും കാണിച്ച കൊടുത്തു. ഉമ്മറത്തെ ചുവരില് പത്രത്തില് വന്ന പടം വെട്ടിയൊട്ടിക്കുമ്പോൾ ചേട്ടൻ ഉള്ളാലെ ചിരിച്ചു, നാട്ടുകാര് വന്നും പോയുമിരിക്കുന്ന തന്റെ മുറ്റത്തിന്റെ രാശിയോർത്ത്.

ഏറെ കഴിയും മുൻപെ വാതത്തിന്റെ ക്ഷീണം കടുത്ത് ചേട്ടൻ കിടപ്പിലായി. ഒരു ദിവസം അങ്ങേര് പാട്ടയില് കാർക്കിച്ച് തുപ്പിയതും എടുത്തോണ്ട് പോയപ്പോൾ മേരി പെമ്പിള്ള അത് കണ്ടു, കഫത്തിനിടയില് രക്തത്തുള്ളികള് . ക്ഷയരോഗത്തിന് നല്ല ചികിത്സക്ക് മേരി പാപ്പച്ചനേയും കൊണ്ട് കൊച്ചി ജനറൽ ആശ്രുപത്രീല് പോയി, ഒന്നര മാസം കിടത്തി ചികിത്സിച്ചു. ഒടുക്കം വീട്ടി വരാൻ നേരം ചേട്ടൻ ആളില്ലാതെ, മുഖത്തെ മീശ മാത്രമായി. ചേട്ടനിപ്പോ മുഴുവൻ സമയവും വിശ്രമം വേണം, മരുന്നും; പെൻഷൻ കൊണ്ട് മാത്രം പിടിച്ച് നിൽക്കാൻ മേലാതായി. ഉച്ചകടക്കാരൻ മാണിയുടെ

മകൾക്ക് രണ്ടാമതൊന്ന് ആലോചിക്കേണ്ടി വന്നില്ല,പത്മനാഭാ ഓയിൽ മില്ലിന്റെ തെക്കുമാറി പുതിയ റോഡ് വന്നപ്പോൾ യാത്രാ ശൂന്യമായ പഴയ റോഡിലെ പുളിന്താഴേ ഓലേം പനംമ്പും കൊണ്ട് കൂര മറച്ച് മേരി പെംബിള്ള ചില്ലറ കച്ചവടം തുടങ്ങി. മില്ലിലെ പണിക്കാരും, കയറ്റ കടയിലെ ചുമട്ടുകാരുമായിരുന്ന പറ്റുകാര്. നാല് മണീടെ ചായയും കടിയും മാത്രമായിരുന്ന ആദ്യം, പിന്നീട് വീട്ടീന്ന് പുട്ടും, കറിയും, പപ്പടവും വെച്ചുണ്ടാക്കി പതിനൊന്ന് മണിക്ക് കൊടുത്തു. പതുക്കെ ആളനങ്ങി തുടങ്ങിയപ്പോൾ ഒരു തട്ടും പണിത് മുഴുനീള കച്ചവടമായി.

പാപ്പച്ചൻ ചേട്ടൻ കാലത്തും വൈകിട്ടും കടയില് വന്നിരിക്കും, അതിയാന് വെറുതെയിരിപ്പ് വേണ്ടല്ലാന്ന കരുതി പെംബിള്ള പപ്പ നാവൻ മൊതലാളീടെ കയ്യീന്ന് കാശ് വായ്പ വാങ്ങി ബീഡിയും സിഗരറ്റും മുറുക്കാനൊള്ളതും വാങ്ങി വെച്ചു. ചേട്ടൻ വന്നിരിക്കും തീരെ മേലായ്ക തോന്നിയാ വീട്ടി പോയി കിടക്കും, കടേലാകുമ്പോൾ ഉച്ചയ്ക്ക് ചേട്ടന്റെ പെങ്ങടെ വീട്ടീന്ന് ചോറ് കൊണ്ട് വരും. പക്ഷേ റോഡരികിലെ പൊടിയും ചൂടും ചേട്ടന്റെ ആരോഗ്യത്തിന് പിടിച്ചില്ല. ചുമ കടുത്തു, കടയിലോട്ട് വരാതായി, കിടപ്പായി. ചായയും പലഹാര വുമായിട്ട് പെമ്പിള്ള ഇടയ്ക്കിടയ്ക്ക് വീട്ടിലേയ്ക്ക് ഓടും, ഒന്ന് രണ്ട് മാസം അങ്ങനെ കിടന്ന, ഒരു രാത്രി കടയടച്ച് പെമ്പിള്ള വീട്ടി ചെല്ലുമ്പോൾ ചേട്ടൻ നന്നേ ക്ഷീണിതനാണ്, “രാവിലെ ഗംഗാധരൻ ഡോക്ടറെ കാണാം” പെമ്പിള്ള മരുന്ന് കൊടുക്കുമ്പോൾ പറഞ്ഞു. “ഉം, വെള്ള പ്പിനത്തെ വണ്ടിയ്ക്ക് പോകാം, നീയാ ഉടുപ്പും പാന്റും കാലുമിടീയ്ക്ക്, രാവിലെ മെനക്കെടാൻ വയ്യ” ചേട്ടന്റെ വിചിത്രമായ ആവശ്യം കേട്ട് പെമ്പിള്ളയ്ക്ക് അരിശം വന്നെങ്കിലും അത് മാതിരി തന്നെ ചെയ്തു. ചേട്ടന് ഒരാവശ്യം കൂടിയുണ്ടായിരുന്ന “അവിടെ കിടത്തുകാണേല് എന്റെ ചെറുക്കനെ വിവരമറിയിക്കണം”. ഉവ്വെന്നോ ഇല്ലന്നോ മേരി മറുപടി പറഞ്ഞില്ല. പക്ഷേ പായേല് കരിശു വരച്ച് കിടക്കാൻ നേരം നെഞ്ചില് നിലവിളി വിങ്ങി. പിറ്റേന്ന് കാലത്ത് തന്നെ പാപ്പച്ചന്റെ മരിപ്പറിയിക്കാൻ പെങ്ങടെ മോൻ ജോയി അങ്കമാലിക്ക് വണ്ടി കയറി.

IV

നരയൻപറമ്പീ ബേബി വക്കീലിന്റെ പുരയിടത്തില് ട്രാക്ടർ വന്ന് ഉഴുത് മറിക്കണത് കാണാൻ ആളുകള് കൂടി. വാഴയും പരശ്ശുമരവും തെങ്ങുമൊക്കെ പിഴുത് മാറ്റി ഇതെന്തിനുള്ള പുറപ്പാടാണെന്ന് ആർക്കുമറിയില്ല. പിറകെ ലോറിയില് പൂഴി മണ്ണ് കൊണ്ട് വന്ന് പറമ്പ് മുഴുവനും മല പോലെ കൂട്ടി, പിന്നെ കിഴക്കൻ നാട്ടീന്നുള്ള പത്തിരുപത് പണികാര് നിന്ന് അത് തട്ട തട്ടായിട്ട് ഇടിച്ച നിരത്തി. കൃഷി വകുപ്പീന്ന് ആപ്പീസറും സാറന്മാരും പിന്നെ വേറെ ചിലരുമൊക്കെ വന്ന് പണിയ്ക്ക് നിർദേശങ്ങൾ കൊടുക്കുന്നുണ്ട്. മേരി പെമ്പിള്ളേടെ കടയില് ചായ കുടിക്കാൻ വന്ന പണിക്കാരീന്ന് സംഗതി പുറത്തറിഞ്ഞു, വക്കിലിന്റെ മൂന്നേക്കറിൽ റബ്ബർ നടുന്നു!! കരപ്പുറത്തെ ചൊരിമണലിൽ നടാടെയുള്ള പരിശ്രമമാണ് ; മണ്ണും പൂഴിയും സമാസമം ചേർത്ത് ഭൂമി തട്ടുകളായി തിരിച്ച് പാകമെത്തിയ മുന്തിയയിനം റബ്ബർ തൈകള് നട്ടു. പടം സഹിതം പത്രങ്ങളില് വാർത്ത വന്നു "ചൊരി മണ്ണലിലെ റബ്ബർ പരീക്ഷണം".ആളുകള് വക്കീലിന് വട്ടാണെന്നും, ഒന്നും കാണാതെ അങ്ങേര് ഒന്നിനും ഇറങ്ങുകേലെന്നുമിങ്ങനെ രണ്ട് അഭിപ്രായക്കാരായി. മൂന്നാഴ്ച്ച കൊണ്ട് നടീല് കഴിഞ്ഞ് പണിക്കാര് മടങ്ങി. അവരിലൊരാള് മാത്രം അവിടെ തങ്ങി, വക്കീലിന്റെ പറമ്പില് ഷെഡ്ഡിലാണ് പൊറുതി, നേരവും കാലവുമില്ലാതെ പണിയുന്നൊരുത്തൻ, കൃഷിയുടെ മുഴുവൻ മേൽനോട്ടവും അയാൾക്കാണ്, അത്യാവശ്യ നേരത്ത് മാത്രം നാട്ടീന്ന് ആരേലേം സഹായത്തിന് കൂട്ടും. അങ്ങനെ ചിലരാ പേരും ഊരും ചോദിച്ചറിഞ്ഞത്; ഈരാറ്റ് പേട്ടയാണ് സ്വദേശം, പേര് അഹമ്മദ്, അതിലും കൂടുതലൊന്നും പറയുകേല എന്തേലും പറഞ്ഞാലും ആർക്കും തിരിയുകേല തനി കിഴക്കൻ മാരുടെ ഭാഷ. വക്കീലിന്റെ പറമ്പല്ലാതെ പിന്നയാളെ കാണുക മേരിപെമ്പിള്ളേടെ ചായക്കടയിലോ സർക്കാര് കുളത്തിന്റെ പടവിലോ ആണ്. ആരോടും വലിയ ചങ്ങാത്തമില്ല, വഴീ കണ്ടാ ചിരിക്കുക പോലുമില്ല വെറുതെ നോക്കും.

മേരിയ്ക്ക് പത്ത് വയസ്സുള്ളപ്പഴാ മൂത്തചേച്ചി സിസിലീടെ കല്ല്യാണം, ചെറുക്കൻ കോട്ടയത്തിനും കിഴക്ക് ഏലപ്പാറേന്ന് ; കറുത്ത് മെലിഞ്ഞ് അല്പം കഷണ്ടി കേറിയ രൂപം. ഉറക്കനെ സംസാരിക്കണ തങ്കച്ചന്റെ പ്രകൃതവും മട്ടും കണ്ട് ഇന്നാട്ടിലെ ആളുകൾക്ക് ചിരി വന്നു, പക്ഷേ ആ പറച്ചിലിന്റെ ഈണവും ഇമ്പവും മേരിയ്ക്കിഷ്ടപ്പെട്ടു. ആദ്യ വിരുന്തിന് വന്ന് തിരിച്ച് പോകുമ്പോൾ അവര് കുഞ്ഞു

മേരിയേയും ഏലപ്പാറയ്ക്ക് കൂട്ടി. ചൊവന്ന മണ്ണുള്ള മലനാട് മേരിയ്ക്ക് നന്നേ ബോധിച്ചു, കല്ലും മലയും കൈത്തോട്ടും കയറിയിറങ്ങിയ പകലുകൾ, ചീവീടുകളുടെ രാത്രി, കുറുക്കന്റെ ഓരിയും, ബന്തിക്കോസ്സുകാരുടെ ബാന്റും പ്രസംഗവും, ജാൻസി ചേച്ചീ പിശാശ്ശിനെയും യക്ഷിയേയും വിളിപ്പുറത്തിരുത്തുന്ന കഥകളും-കുഞ്ഞുമേരി ആകെ കീഴ്പ്പെട്ടു. ഒരു രാത്രി മഴ പെയ്തു ഇടിവാളും മുഴക്കവും രാത്രി മുഴുവനും നിന്നു, പേടിച്ചരണ്ട കുഞ്ഞുമേരിയെ ജാൻസി ചേച്ചി പൂണ്ടടക്കം പിടിച്ച് ചെവിയിൽ പറഞ്ഞു "വെട്ടട്ടെ, വെട്ടട്ടെ രാവിലെ കരോട്ട് മുഴുക്കനും കൂണ് മുളയ്ക്കും". വേറൊരു ദിവസം തങ്കച്ചനിച്ചായൻ കെണി വെച്ച് മുയലിനെ പിടിച്ചു. ഒരു സന്ധ്യക്ക് ഇച്ചായൻ സിനിമയ് ക്ക് കൊണ്ട് പോയി, വലിയ കേറ്റത്തിലെത്തുമ്പോ കുഞ്ഞുമേരിയെ തോളേലെടുത്തു; സിഗരറ്റിന്റെ മണമാ ഇച്ചായന്. ഇച്ചായന്റെ വീടിന് പിറകിലെ കരോട്ട്ന്ന് മേലോട്ടുകയറിയാൽ പനക്കമ്പാറയുടെ ഇടുക്കിലൂടെ കരണംകുത്തി മല കാണാം, അവിടെ നിന്നോണ്ട് മല മുകളിലെ കുരിശിനെ നോക്കി ഇഷ്ടമുള്ള ആളെ ഉറക്കെ വിളിച്ചാൽ മലയിലെ മാലാഖ തിരിച്ച് വിളിക്കും, വിളി കേട്ടാൽ വലുതാകുമ്പോ അയാളെ കെട്ടാം. കുഞ്ഞുമേരിയ്ക്ക് 'തങ്കച്ചനിച്ചായോ' ന്ന് ഉറക്കെ വിളിക്കാൻ തോന്നി, പക്ഷേ ജാൻസി ചേച്ചി മുമ്പില് നിൽക്കുമ്പോ?, "ഈശോയേ....." കുഞ്ഞുമേരി ഉറക്കെ വിളിച്ചു, മലാഖ തിരിച്ചുവിളിച്ചോന്ന് കേൾക്കാൻ നിൽക്കാതെ തിരിഞ്ഞു നടന്നു. തിരികെ നാട്ടീ പോരാൻ നേരം കുഞ്ഞുമേരിയ്ക്ക് സങ്കടമായി, ഉറക്കെ കരയണമെന്ന് തോന്നി, പക്ഷേ ഇച്ചായന്റെ വർത്തമാനോം മണവും ശ്വസിച്ച് ഒറ്റയ്ക്ക് ബസ്സേല് ഇങ്ങറ്റം വരാലോ എന്ന് സന്തോഷിച്ചു. കാലത്തത്തെ കട്ടൻ വെള്ളം മുതൽ മുടങ്ങാതെ മൂന്ന് നേരവും കടേല് വരണ കിഴക്കൻ അഹമ്മദിന്റെ വർത്തമാനം കുഞ്ഞുമേരിയ്ക്ക് ബോധിക്കാൻ ഇതും കാരണമായി.

വെളുപ്പാൻ കാലത്തെ കട്ടൻ കുടിചേച്ച് നേരം തെളിയും വരെ അഹമ്മദ് അവിടിരിക്കും, അന്നേരം ചോദിച്ചാ എന്തേലും പറയും; പെമ്പിള്ള ചോദിക്കും "ഇയാക്ക് – എല്ലാരും അഹമ്മദിനെ എടാ, നീ എന്നെ വിളിയ്ക്കു; എന്തോ മേരിയ്ക്ക് അതിന് തോന്നീല- വീടും കുടീമൊന്നമില്ലേ?". "ഓ ഒണ്ടാരിന്ന് അപ്പച്ചനും ഉമ്മച്ചീം ചത്തേ പിന്നില്ലാ". അഹമ്മേദിന്റെ ഉത്തരത്തേല് എന്നും എന്തെങ്കിലുമൊക്കെ കാണും ദിവസം മുഴുവനും പെമ്പിള്ളയെ അലട്ടാൻ- "അപ്പച്ചനും ഉമ്മച്ചീം? അതെങ്ങനൊക്കും?" അടുത്ത ദിവസം പെമ്പിള്ള വീണ്ടും ചോദിക്കും

"അപ്പോ താൻ കൃസ്ത്യാനിയാ മേത്തനാ?" അതിനുമുണ്ടാകും രണ്ട് വാക്കിൽ പെമ്പിള്ളേടെ യുക്തിയ്ക്ക് ദഹിക്കാത്ത ഉത്തരം; പിന്നതുമേലാകും പിറ്റേന്ന് വരെ പെമ്പിള്ളേടെ വിചാരം. ചോദ്യോത്തരവിചാരങ്ങൾ ഇങ്ങനെ ദിവസങ്ങൾ നീണ്ടു, കിഴക്കൻ അഹമ്മദിനെ പറ്റി നാട്ടുകാർക്കറിയാത്ത പലതും പെമ്പിള്ളയറിഞ്ഞു. ഒരുച്ചനേരത്ത് മുറുക്കാൻ വേണ്ടി കടേല് വന്ന ചെത്തുകാരൻ ദാമു വന്നപാടെ പറഞ്ഞു "ആ കിഴക്കൻ അവിടെ കിടന്നു ചാകുന്നാ തോന്നണേ, ആശുപത്രീ പോകാനും പറഞ്ഞ് വിളിച്ചിട്ട് വന്നില്ലാ, എനിക്കാണേ ആ വസൂരി പറയണത് മനസ്സിലാകുകേമില്ല". "അതെന്നാ മലയാളത്തിലല്ലേ അയാ പറയണേ?" ദാമുവിന്റെ വസൂരി പ്രയോഗത്തോടുള്ള ഈർഷ്യ പെമ്പിള്ള മറച്ചു പിടിച്ചില്ല. രണ്ട് ദിവസമായി കടേലോട്ട് കാണാഞ്ഞപ്പോളെ പെമ്പിള്ളയ്ക്ക് ഏതാണ്ട് പോലെ തോന്നിയിരുന്നു. പെമ്പിള്ള കടേടെ തട്ടി വലിച്ചിട്ട് വക്കീലിന്റെ പറമ്പിലോട്ട് ചെന്നു. അഹമ്മദ് മുണ്ടും പുതച്ചു കിടപ്പാണ്, പിച്ചും പേയും പറയുന്നുണ്ട്, ആരാണ്ടും ഒരു തുണി നനച്ച് നെറ്റിയിലിട്ടുണ്ട്, പാത്രത്തില് ഇച്ചിരി കഞ്ഞി വെള്ളവും അടുത്തുണ്ട്. പെമ്പിള്ള അഹമ്മദിന്റെ പൊള്ളുന്ന നെറ്റീല് കൈവെച്ചു വിളിച്ചു "എടോ, എഴുന്നേര് എന്റെ പെരേലോട്ട് പോകാം, ഈ തണുപ്പത്ത് കിടന്നു താൻ ചത്താലും അവരറിയുകേല", അഴയില് കിടന്ന രണ്ട് മുണ്ടും ബനിയനും ചുരുട്ടിയെടുത്ത് അയാളേം താങ്ങിയെണിപ്പിച്ച് വീട്ടിലോട്ട് നടന്നു. കരിപ്പെട്ടീല് ചുക്കും തുളസിയിലയുമിട്ട് തിളപ്പിച്ച് കുടിക്കാൻ കൊടുത്തിട്ട് പാപ്പച്ചൻ ചേട്ടന്റെ മടക്ക് കട്ടില് നിവർത്തി അഹമ്മദിനെ കിടത്തി.

V

വക്കീലിന്റെ മരങ്ങള് വളർന്ന് വെട്ടാൻ പാകമായി,പരീക്ഷണാടിസ്ഥാനത്തില് ഒന്ന് വെട്ടി നോക്കാൻ റബ്ബർ ബോർഡീന്നും കൃഷിയാപ്പീസീന്നും ഉദ്യോഗസ്ഥര് വന്നു. മരങ്ങളുടെ നിൽപ്പും മാതിരിയും കണ്ടപ്പോഴെ അഹമ്മദിന് സംശയം തോന്നി, വെട്ടി നോക്കിയപ്പോ കാര്യം ബോധ്യമായി; പാല് കുറവ്, തീരെ ഇല്ലന്നു തന്നെ പറയാം, മണ്ണിന്റെ കുറവാണെന്ന് ആപ്പീസറന്മാരു തീർപ്പു പറഞ്ഞു. ബേബി വക്കീല് അഹമ്മദിനെ വീട്ടില് വിളിപ്പിച്ച് കുറച്ച് കാശ് കൊടുത്ത് യാത്ര പറഞ്ഞു. രണ്ട് മാസം കഴിഞ്ഞ് ഒന്നൂടെ വെട്ടി നോക്കാന്ന് അഹമ്മദ് ഒരു നിർദ്ദേശം വെച്ചു. പക്ഷേ വക്കീല് മട്ടത്തിരുന്നു "ഒന്നും വേണ്ട, ഇതൊക്കെ ഇത്തിരി ശ്രദ്ധവും വെടിപ്പുമോടെ

ചെയ്യേണ്ട പണിയാ, അതിനൊന്നും ആളില്ല, പിന്നെ, നിനക്ക് എന്റെ റബ്ബറിനെക്കാളും പ്രധാനപ്പെട്ട പണി വേറെയാണല്ലോ, അതു നടക്കട്ടെ." അഹമ്മദ് മൂലം തന്റെ സമുദായത്തിനുണ്ടായ ചീത്തപേരിലുള്ള അമർഷം വക്കീല് പ്രകടിപ്പിച്ചു. അതിലൊന്നും അഹമ്മദിന് വെഷമം തോന്നിയില്ല പക്ഷേ തന്റെ ശ്രദ്ധക്കുറവ് കൊണ്ട് റബ്ബറേല് പാല് ചുരത്താതെ പോയെന്ന കുറ്റാരോപണം സഹിക്കനായില്ല. പെമ്പിള്ളേടെ പീടികേടെ മുമ്പീ ചെന്ന് ഉണ്ടായത് പറയുമ്പം അഹമ്മദ് വിങ്ങി പൊട്ടി. പെമ്പിള്ളയ്ക്ക് അരിശം വന്നു "ഇയാളൊരാണല്ലേ? ഇതല്ലേല് വേറെ പണി ചെയ്യണം". അതേ പിന്നെ അഹമ്മദ് ഒരു പണിക്കും പോകാതായി, കടേലെ ചില്ലറ പണികള് ചെയ്ത് അവിടെയൊക്കെ തന്നെ കാണും ഏത് നേരവും. പെമ്പിള്ളേടെ പിറകെയുണ്ടാകും, ഒടുക്കം പെമ്പിള്ള കലി വന്ന് പറഞ്ഞു പോയി "ഹാ, ഇതെന്നാ ചെല പട്ടികള് നടക്കുമ്പോലെ പൊറകെ മണത്ത് ". എത്ര പറഞ്ഞിട്ടും അഹമ്മദിന് മാറ്റമുണ്ടായില്ല, പെമ്പിള്ള പറച്ചില് നിറുത്തി, പറഞ്ഞുപോയതില് മനസ്താപം തോന്നി; നാക്കു കൊണ്ട് എങ്ങനെ മുറിപ്പെടുത്തിയാലും അഹമ്മദിന്റെ മുഖത്ത് നോക്കുമ്പോൾ മേരീടെ മനസ്സലിയും; കണ്ണുകളിലൊരു വളർത്തു മൃഗത്തിന്റെ ദൈന്യത.

ഇതിനിടെ പപ്പനാവൻ മുതലാളിടെ മില്ല് പൂട്ടി, അതോടെ പെമ്പിള്ളേടെ കടേലോട്ട് ആള് വരവു കുറഞ്ഞു; തോടിന്റെ തെക്കേക്കരയില് പഞ്ചായത്തുവക പുതിയ മാർക്കറ്റ് വന്നതോടെ ചുമട്ടുകാരുടെ സങ്കേതവും അക്കരേലോട്ട് മാറി. അതോടെ കാലത്തും വൈകിട്ടും ചായയ്ക്ക് വരുന്ന പതിവുകാരുടെ മാത്രമായി കച്ചവടം. ബാക്കി സമയം റേഡിയോ കേട്ടിരിക്കും,ചായയിടും; അഹമ്മദ് പീടികേടെ മുമ്പീ തന്നെ കാണും അയാക്കും കൊടുക്കും. കട നിറുത്തുന്നതാ ഭേദമെന്ന് തോന്നാഞ്ഞിട്ടല്ല, പക്ഷേ ഇതല്ലാതെ വേറൊന്നും ചെയ്യാനറിയില്ലായിരുന്നു പെമ്പിള്ളയ്ക്ക്. അങ്ങനിരിക്കെ സർക്കാര് ജീപ്പില് വന്നിറങ്ങിയ സാറന്മാർക്ക് അടഞ്ഞു കിടന്ന മില്ലും പരിസരവും കാണിച്ചു കൊടുത്തിട്ട് പപ്പനാവൻ മൊതലാളി അവരേം കൂട്ടി ചായ കുടിക്കാൻ മേരീടെ കടേല് വന്നു. "സാറന്മാർക്കിഷ്ടപ്പെട്ട്, നിന്റെ സമയൻ തെളിഞ്ഞല്ലോ മേരി" മൊതലാളി പറഞ്ഞു; മില്ലിരുന്ന കെട്ടിടത്തില് സർക്കാർ മദ്യ ഷാപ്പ് തുടങ്ങാൻ പോണു. ഒന്നര മാസം കൊണ്ട് പണി തീർന്ന് കട തുറന്നു, രണ്ട് നാല് ദിവസങ്ങൾ കൊണ്ട് തന്നെ ജനം വന്ന് തുടങ്ങി; അതോടെ കൂണ് പൊടിക്കും പോലെ കടകളും

ത്തുറന്നു, എല്ലാടവും സോഡായും സിഗരറ്റും വടയുമൊക്കെയാണ് കച്ചവടം. പെമ്പിള്ളേടെ കടയില്ലും പുട്ടും ചായയും ആർക്കും വേണ്ട, സോഡായും അരിനുറുക്കും മതി. ഒന്നു രണ്ടാഴ്ച്ച് പെമ്പിള്ള ഒന്ന റച്ചു നിന്നു, പതുക്കെ പുതിയ കച്ചോടം അവരും പഠിച്ചു; രാവിലെ തന്നെ അഹമ്മദിനെ വിട്ട് നാലഞ്ച് കെയ്സ് സോഡായെടുപ്പിക്കും, പത്തു മണിയാകുമ്പോ ബീവറേജ് തുറന്നാ പിന്നെ ആണുങ്ങള് വരും, സോഡാ പൊട്ടിച്ച് കൊടുത്ത് കാശ് മേടിക്കണത് അഹമ്മ ദിന്റെ ജോലിയാണ് ബാക്കി പെമ്പിള്ള നോക്കും. പെമ്പിള്ളേടെ പുളിമരത്തിന്റെ താഴെ തണലിലിരുന്ന് മദ്യപിക്കാൻ ആള് വരും; ആർക്കു വേണേലും കുടിച്ചേച്ച് പോകാം, അവിടെ വാചകമടിച്ച് നിൽക്കാനൊന്നും സമ്മതിക്കുകേല, ആ മാതിരി ചൊറ പിടിച്ച തുങ്ങളെ പെമ്പിള്ള അടുപ്പിക്കുകേമില്ല. വൈകുനേരമകുമ്പഴേക്കും പത്തായിരം രൂപ പെട്ടി വീണു തുടങ്ങി, കൂടാതെ ബീവറേജിലെ സാറന്മാർക്ക് കാലത്തും വൈകിട്ടത്തേയും ചായേടെ ഏർപ്പാടിൽ മാസം പത്തുറുന്നൂറ് രൂപ വേറെയും. ഒക്കെയാണെങ്കിലും, പണമല്ല പെമ്പിള്ള കണ്ടത്, പത്താള് വരും; അതിലാണ് കാര്യം. ഇടയ്ക്കൊ ക്കെ പോലീസ് റെയ്ഡിനു വരും, മറ്റ് കടകളിലെല്ലാം അവര് കേറി നോക്കും, ചിലപ്പോ പൂട്ടിക്കും; പെമ്പിള്ളേടെ കടയില്ലും വരും "ഇവിടെ ഒഴിച്ചു കൊടുപ്പൊണ്ടാ പെമ്പിള്ളേ?" ആരേലും ചോദിക്കും. "പിന്നെ ബീവറേജ് കണ്ടല്ലേ ഈ കണ്ട കാലം മേരി ഇവിടിരുന്നത്, വേണേ ബീവറേജിവിടുന്ന് മാറ്റ്, മേരി ഇവിടെ തന്നെയിരിക്കും, അല്ലാ പിന്നെ" ; പോലീസുകാരു ചിരിക്കും.

VI

പത്രത്തില് പരസ്യം വന്നെന്നും പറഞ്ഞാണ് മൂന്നാലു പേര് പെമ്പിള്ളയെ സമീപിച്ചത്, സങ്കട ഹർജിയില് അടയാളം വെയ്ക്കണം; റോഡ് വലുതാക്കുമ്പോൾ കടയൊഴിയേണ്ടുന്നവർക്ക് നഷ്ട പരിഹാരം കൂട്ടി വേണമെന്ന് കാണിച്ച് എം. എൽ. ഏയ്ക്കും കലക്ടർക്കും പരാതി അയയ്ക്കണം.പിള്ളാരുടെ ആവശ്യം പെമ്പി ള്ളയ്ക്ക് പൊതുവിൽ രുചിച്ചില്ല, ഇരിപ്പിടമൊഴിയാൻ ചില്ലി കാശ് കൂടുതല് വേണന്ന്! 'ഞാനില്ല എന്നെ ആരും ഒഴിപ്പിക്കേം ഇല്ല". അടുത്ത ആഴ്ച്ച ജീപ്പില് കുറെ പേർ വന്ന് ചങ്ങല വലിച്ച് ഏതാണ്ട് അടയാളപ്പെടുത്തി കുറ്റിയടിച്ചേച്ച് പോയി; മൊതലാളീടെ കെട്ടിട ത്തിൽ എന്തോ നോട്ടീസും പതിപ്പിച്ചു. വൈകിട്ട് ചായയും കൊണ്ട്

ചെന്ന അഹമ്മദിനോടാണ് ബീവറേജിലെ സാറന്മാര് പറഞ്ഞത്, "കടയൊഴിയാൻ സർക്കാരുത്തരവായി, പുതിയ് സ്ഥലം നോക്കിയിട്ടുണ്ട് എഗ്രിമെന്റ് നടപടികള് പൂർത്തിയായാലുടൻ മാറും". "നിങ്ങക്ക് നോട്ടീസ് കിട്ടിയാ നിങ്ങള് മാറ്; മേരിയ്ക്കാരും നോട്ടീസും തരുകേല ഇവിടെ കിടന്ന് ചത്താലും മാറുകേമില്ല". പറഞ്ഞതിങ്ങനാണേലും തിരിച്ചു പോരുമ്പോ നെഞ്ചത്ത് ഏതാണ്ടും ഉരുണ്ടുകേറും പോലെ പെമ്പിള്ളയ്ക്കു തോന്നി, വയറ്റില് പുളിച്ചു തികട്ടി; കുടലീന്ന് ശബ്ദത്തോടെ ഒരേമ്പക്കം വന്നു പോയി, അല്പം ആശ്വാസമായി.

മണ്ണെടുപ്പും ഇടീലും അടുത്തടുത്ത് വന്നു, പുതിയ റോഡ് വരുന്നത് നന്നേ ഉയരത്തിലാണ്, അഞ്ചാറടി ഉയരത്തിൽ മണ്ണിട്ട് പൊക്കും, അതോടെ റോഡിനിരുവശം വലിയ താഴ്ച്കൾ രൂപപ്പെട്ടു, പ്രദേശത്തിന്റെ ഭൂമിശാസ്ത്രമാകെ മാറി, റോഡിനപ്പുറമിപ്പുറം രണ്ട് നാടുകളായി. മണ്ണെടുപ്പും ചൊരിയലും,പൊടിയും ബഹളവും കാരണം കടയിലിരിക്കാൻ മേലാതായി. ആരും ഒറ്റ ചായയ്ക്കു പോലും വരാതായി, എന്നാലും പെമ്പിള്ള അവിടുന്ന് മാറിയില്ല. രാത്രിയില് പൊളിച്ചേക്കുമെന്ന് പെമ്പിള്ളയ്ക്ക് തോന്നി, രാത്രിയുറക്കവും കടേ തന്നെയാക്കി കാവലിനെന്ന പോലെ അഹമ്മദ് ചോട്ടിലുണ്ടാകും. ഒരു രാത്രി ഉറക്കത്തില് പെമ്പിള്ള സ്വപ്നം കണ്ട് ഞെട്ടിയുണർന്നു, ഒരു കുന്നിൻപുറം പോലെ തോന്നിച്ച വിശാലമായ നിലം, കരപ്പുറത്തെ ചൊരിമണ്ണല്ല- ചുവന്ന പൂഴി മണ്ണ്; നിലത്ത് വട്ടികളിൽ നിറയെ വറ പലഹാരങ്ങൾ, അരിനുറുക്കും അച്ചപ്പവും ഓമപൊരിയും മധുരസേവയുമൊക്കെ, അതിനു നടുവിൽ കുഞ്ഞുമേരി, പാപ്പച്ചനതിയാൻ മുട്ടത്തങ്ങാടീന്ന് വാങ്ങി കൊടുത്ത വെള്ളേല് വട്ട പുള്ളികളുള്ള സാരിയാണുടുത്തിരിക്കുന്നത്, തലേല് വെളുത്ത റോസാ പൂവും- പട്ടാളം പാപ്പച്ചന്റെ ഒരു ചോട് പിറകെ തലേം പൊക്കി "പറയാൻ മുട്ടണവര് മുഴക്കനും കണ്ടോ" എന്ന മട്ടില് നടക്കുമായിരുന്ന യുവതിയായ കുഞ്ഞുമേരി- ആ പഴയ രൂപം കണ്ണ് കുളിർക്കെ കണ്ടില്ല, താഴെ ശബ്ദത്തോടെ എന്തോ ഇടിയുമ്പോലെ തോന്നി, എഴുന്നേറ്റ് അരികിലേയ്ക്ക് നീങ്ങി നോക്കുമ്പോൾ താഴ്ചയിൽ അടരടരായി മണ്ണിടിയുന്നത് കുഞ്ഞുമേരിയ്ക്ക് കാണാം, മണ്ണിടിഞ്ഞിടിഞ്ഞ് കുഞ്ഞുമേരി ഇരിക്കുന്നിടം ഒരു കിണ്ണം വട്ടത്തിൽ ഒരു തുരുത്തായി തീരുകയാണ്, പലഹാര വട്ടികളുടെ നടുവിൽ കാലിടറാതെ ശ്വാസം വിഴുങ്ങി മേരി ഒരേ നില്പ് നിന്നു, താഴേയ്ക്ക് നോക്കാനെ ഭയമായി, വീണ്ടും ഇടിയുന്നുണ്ട് : ഇപ്പോൾ കാഴ്ചയിലല്ലാ കാലിലും ഉടലിലുമറിയാം

താഴെ മണ്ണിടിയുന്നത്, കാൽ ചുവട്ടിൽ വിള്ളൽ... വിറങ്ങൽ, തലയ്ക്കു ചുറ്റും ആകാശം ചുഴ്ന്ന് ചുറ്റുന്നു, കാഴ്ച്ച മറിഞ്ഞു; പെമ്പിള്ള ഞെട്ടി എണീറ്റു, നേരം നല്ലോണം പുലർന്നിരുന്നു, കട തുറക്കാതെ നേരെ വീട്ടിലോട്ട് നടന്നു, മുന്നിലെ മണ്ണ് മലകേറി കിഴക്കേ ചരുവെത്തി പെമ്പിള്ള തിരിഞ്ഞു നോക്കി രാത്രി സ്വപ്നത്തിലെ പോലെ തന്റെ കടയിരിക്കുന്നേടവും ഒരു തുരുത്തായിരിക്കുന്നു, ഏതാണ്ടരികു വരെയും ആഴത്തിൽ മണ്ണെടുത്തിരിക്കുന്നു; പുളി മരത്തിന്റെ പടർപ്പ് വേരുകളെല്ലാം അറ്റു, ഒരു ചെറിയ മഴയത്ത് ഒലിക്കാനേയുള്ളു പുളിമരവും ചോട്ടിലെ മാടവും.

അഞ്ചാറ് അടയ്ക്കാമരത്തേല് വെളഞ്ഞ് കിടന്ന പാക്ക് ആരാണ്ടും കൊണ്ടുപോയി, കുലയ്ക്കാറായ വാഴകള് രണ്ടെണ്ണം വീണു, അതിന്റെ പിണ്ടിയും പണ്ടവുമെല്ലാം നാട്ടുകാരെടുത്തു. ഇനിയാകെ മൂത്ത കുല ഒന്ന് മാത്രമുണ്ട് ബാക്കി, പെമ്പിള്ള അഹമദ്ദിനോട് പറഞ്ഞു "പെരേല് ആരേലും ഒണ്ടെന്ന് കണ്ടാൽ ശൈല്യം കുറയും, ആ കൊല പഴുപ്പിച്ചെടുത്താ എന്തേലും കിട്ടും". അഹമ്മദ് മനസ്സില്ലാതാണേലും അന്നു രാത്രി വീട്ടി കിടന്നു. നല്ല ആവിയുണ്ട്, ഇലയനക്കം പോലുമില്ല, മഴ പെയ്യാനിടയുണ്ട്, തിരിഞ്ഞും മറിഞ്ഞും കിടന്നു. ഊര് കടേലാണ്, രാത്രീലാരേലും പൊളിക്കാൻ വന്നാലോ? മഴ പെയ്താ വേരിളകി നിക്കണ പുളി മരവും വീഴും; അഹമ്മദ് എണീറ്റ് തോർത്ത് ചുഴറ്റി മിറ്റത്തു കൂടെ നടന്നു, തറ കൊട്ടി തുടച്ച് കിടന്ന് ഒന്നുമയങ്ങി. വെള്ളത്തുള്ളികള് മേത്ത് വീണപ്പോ അഹമ്മദ് ഉണർന്നു, നേരം വെളുക്കാറായി, ചാറ്റലെ ഉള്ളു പെയ്യുകേല, എണീറ്റ് അകത്തോട്ട് കേറി കിടന്നു, ഉറങ്ങി പോയി.

മണ്ണെണ്ണയുടെയും തുണിയുടെയും കരിഞ്ഞ നാറ്റം അവിടാകെ പരന്നിരുന്നു. കത്തി കരിഞ്ഞതിന്റെ അവശിഷ്ടങ്ങൾ തലേന്ന് തുളിയ മഴയിൽ കുഴഞ്ഞ് കിടന്നു, അങ്ങോട്ടേയ്ക്കടുക്കും തോറും മനുഷ്യ ശരീരം പാതിവെന്ത മണം രൂക്ഷമായി; പെമ്പിള്ളയുടെ കട നിന്നിരുന്ന തുരുത്തിന്റെ മേലേയ്ക്ക് പോലീസുകാര് ആരേയും കടത്തിവിട്ടില്ല- അഹമ്മദിനേയും. പുളിമരത്തിന്റെ താഴേകവര വരെ തീ പൊള്ളിയിരുന്നു, പോലീസുകാര് അവശിഷ്ടങ്ങളിൽ കുത്തി ചികഞ്ഞ് വെന്ത കടവേര് പോലൊന്ന് പായിൽ പൊതിഞ്ഞ് ആശുപത്രീല് എത്തിച്ചു, പെമ്പിള്ളയുടെ ശരീരമായിട്ട് അവശേഷിച്ചത് അത്ര മാത്രം. സെമിത്തേരിയിൽ അടക്കാൻ പള്ളിലോട്ടെടുക്കും വഴി പാപ്പച്ചന്റെ വീട്ടിലും കിടത്തി, ഒന്നും കാണാനില്ല വെള്ള പുതച്ചൊരു

മുഴപ്പ് മാത്രം. വീട്ടു പരിസരത്തും സെമിത്തേരീടെ പുറത്തും അഹമ്മദിനെ കണ്ട് അനുകമ്പ തോന്നി ചെന്നവരുടെ മുഖങ്ങളിലേയ്ക്ക് അയാൾ ഇമയനങ്ങാതെ നോക്കുക മാത്രം ചെയ്തു. പെമ്പിള്ളേടെ മരണ ശേഷം ചിലർക്കെങ്കിലും അഹമ്മദിനെ പറ്റി വിചാരം തോന്നി "മഹാപാവം; അതിനി എന്നാ എടുക്കും?"

VII

ചേരുങ്കലെ പുരുഷൻ മുതലാളീടെമൂത്ത മരുമകൻ പ്രസാദിന് വിദേശത്ത് നിന്ന് തടുക്കിന്റെ ഓർഡറുണ്ട് " ഇതിവിടെ കിടന്നിട്ടെന്നാ കാര്യം, ഒന്ന് വിനയപ്പെടുത്തിയിട്ടന്നാ നാല് തറയിടാം" കുന്നമ്മലെ ചാക്കോയും ദാസപ്പനാശാരിയും കൊണ്ട് കുളക്കടവിലെ കയറ്റുപെരേലോട്ട് കയറുമ്പം മുതലാളി പറഞ്ഞു. ഇരുട്ടു മൂടിയ പെരയുടെയകത്തേയ്ക്ക് മൂവരും പ്രവേശിച്ചപ്പോൾ മൂലയ്ക്കല് ഒരു നായ കുരച്ചു, "പോ പട്ടി" കിഴക്കേ വാതില് തള്ളി തുറന്നോണ്ട് തോർത്തു വീശി ചാക്കോ അതിനെ ഓടിച്ചു വിട്ടു, ചെമ്പൻ നിറത്തിലൊരു നായ. പെരേടകത്തു വെളിച്ചം വീണപ്പോ അവരതു കണ്ടു; കിഴക്കേ ചുവരിന്റെ വടക്കേ മൂല ചേർന്ന് അസാമാന്യ വലിപ്പത്തിൽ ഒരു രൂപം വരച്ചിരിക്കുന്നു, മുണ്ടും ചട്ടേമിട്ട സ്ത്രീ രൂപം, അടുത്തൊരു ചെമ്പൻ നായയും. "ഹാ, ഇതെന്നാ പെറക്കാഴികയാണ്?, ആ പാണ്ടി കച്ചവടക്കാര് ഒഴിഞ്ഞപ്പ മുഴുവനും കുമ്മായം പൂശിച്ചതാ", ചേരുങ്കന് കലി കേറി. "ആ കിഴക്കന്റെ വേലയാ" ചാക്കോ ചിരിച്ചോണ്ട് പറഞ്ഞു.

കയറ്റുപുരയുടെ എറമ്പില് പാണ്ടികള് മൺകലമടുക്കിയതിനിടയിൽ അഹമ്മദിനെ നേരത്തെയും പലരും കാണാറുണ്ട്. കലങ്ങളുടെ കുറ്റൻ അട്ടികള് ഒരു മഴക്കാലം മുഴുവനും അവിടെ തന്നെയിരുന്നു, മഴയൊഴിഞ്ഞ് പാണ്ടികള് വന്ന് അട്ടി പൊളിച്ചപ്പോഴാ കണ്ടത്, കയറ്റുപെരേടെ ചുവരു മുഴുവനും വരകൾ; കരിയും ചെങ്കല്ലും ഇഷ്ടികയും ചുണ്ണാമ്പും പച്ചിലയും കൊണ്ട് വരച്ച ചിത്രങ്ങൾ. ചെങ്കൽ ചുവപ്പും മഞ്ഞയും കലർന്ന വലിയ രൂപങ്ങൾ! കറുപ്പിന്റെയും പച്ചില പച്ചയുടെയും പല വിധ വിന്യാസത്തിലൂടെ രൂപപ്പെടുന്ന കുറിയ നിഴൽ രൂപങ്ങൾ! നടുവിൽ നിറം കൊടുക്കാതെ ചുവരിൽ ചുണ്ണാമ്പ് തേച്ച് രൂപം വെപ്പിച്ച വെളുത്ത മനുഷ്യ രൂപം,നീണ്ട മുടിയിഴകൾ! 'എന്നതാടാ ഇതെന്ന്' ചോദിച്ച ആരോടോ അഹമ്മദ് മറുപടി പറഞ്ഞു, "മാലാഖ!!".. "തേച്ച് കളഞ്ഞാ പോകുവാന്ന് നോക്ക്, ഇല്ലേ ആ രമണന്റടുക്കെ പറഞ്ഞ് ഒന്നൂടെ പൂശിക്ക്" ചേരുങ്കൻ

ചാക്കോയോട് പറഞ്ഞു. ദാസപ്പനാശാരിയോട് ഇടിഞ്ഞു കിടന്ന മേച്ചുട് ഇറക്കി പണിയാൻ പറഞ്ഞേൽപ്പിച്ച് ചേരുങ്കൻ പുതിയൊരു താഴ് വാങ്ങിക്കാനായിട്ട് ചന്തേലോട്ട് നടന്നു .

വെള്ളവും പൊതി മടലുമായിട്ട് ചാക്കോ രൂപത്തിനടുത്തെത്തി, മേച്ചുടിന്റെ അറ്റം വരെയും ഉയരത്തിലാണ് വര, ചാക്കോ ഒരു മരക്കോണിയേല് കയറി നിന്ന് പണി തുടങ്ങി. ചാക്കോയ്ക്കിപ്പോൾ ആ രൂപം നല്ല അടുത്ത് കാണാം, അത് ചാക്കോയെ തന്നെ നോക്കുന്നു, "മേരി ചേടത്തീടെ മുഖം" ചാക്കോടെ മനസ്സ് പറഞ്ഞു, അറിയാതെ ചാക്കോടെ നെഞ്ചിടിപ്പ് കൂടി; "അവന്റമ്മേടെ" ചാക്കോ അഹമ്മദിനെ മനസ്സില് പ്രാകി കൊണ്ട് വേഗത്തിൽ ചുവര് ഒരച്ച് കഴുകി. നല്ലോണം വെള്ളമൊഴിച്ച് കുതിർത്ത് ചാക്കോ രൂപത്തിന്റെ മുകൾ ഭാഗം തേച്ചു കഴുകി, ചുവപ്പും കറുപ്പും നിറങ്ങൾ താഴോട്ടൊ ലിച്ചിറങ്ങി; ഒന്നു മുറുക്കിയേച്ചാകാം ബാക്കീന്ന് കരുതി ചാക്കോ കോവണിയിറങ്ങി, പൊതിയഴിച്ച് മുറുക്കി. തിരികെ രൂപത്തിനരി കിലേയ്ക്ക് വന്ന ചാക്കോ ഇടിവാളേറ്റ പോലെ നിന്നു പോയി; കഴുകി തേച്ച മുഖ ഭാഗത്തെ നനവാകെയുണങ്ങി മുഖം വീണ്ടും തെളിഞ്ഞു വന്നിരിക്കുന്നു, പാക്ക് ചൊരിക്കിയാലത്തെ പോലെ നേരിയ തലചു റ്റല് തോന്നി ചാക്കോയ്ക്ക്, വീണ്ടും രൂപത്തേലോട്ട് നോക്കുമ്പോൾ അതിന്റെ ചുണ്ടത്ത് ചിരി വിടരുമ്പോലെ തോന്നി,"പനിയ്ക്കാൻ, ഇതെങ്ങും മായണില്ലെന്നു പറയാം" ചാക്കോ മന്സ്സില് പറഞ്ഞോ ണ്ട് കിഴക്കേ വാതിൽക്കേ കൂടി പുറത്തേയ്ക്കിറങ്ങി.

പിറ്റേന്ന്, ഏതാണ്ടും കണ്ട് പേടിച്ച് പനിച്ച് ചാക്കോ ആശിപത്രീ ലായതിനു പിറകെ കയറ്റുപുരയുടെ ഓടിളക്കി പണിഞ്ഞോണ്ടിരുന്ന ദാസപ്പനാശാരിയെ തേടി ആരോ വന്നു, ആശാരിയുടെ അമ്മയെ വീട്ടുനടേല് വെച്ച് പട്ടി കടിച്ചു. ചാക്കോയേ ആശുപത്രീ പോയി കണ്ട് വന്നു കിടന്ന രാത്രീല് ചേരുങ്കന്റെ മേലാകെ തിണിർത്തു കുമ്പി, ചേരുങ്കനെ സ്ഥിതി മോശമായപ്പോൾ ആശുപത്രീലോട്ട് മാറ്റി; ദിവസങ്ങൾ കഴിഞ്ഞും പുണ്ണ് പൊറുക്കാതായി, പ്രമേഹം കടുത്ത് അങ്ങേരുടെ മേലാകെ പൊട്ടി ചീഞ്ഞ് ഒടുവിൽ ആശുപത്രീ കിടന്ന് മരിച്ചു. "നല്ല പയറു പോലെ നടന്നേച്ചതാ" ആൾക്കാര് ആശ്ചര്യപ്പെട്ടു. പിന്നാലെ ദാസപ്പനാശാരിയുടെ അമ്മ പേയിളകി ചത്തതറിഞ്ഞ് നാട്ടുകാർക്ക് ആധിയായി, നാട്ടു മുഴുവനും തെരഞ്ഞിട്ടും അങ്ങനൊരു ചെമ്പൻ പട്ടിയെ അതിനു മുൻപും ശേഷവും കണ്ടവരാരുമില്ല. കയറ്റു പെരേടെ ഭിത്തിയിലെ അവലക്ഷണം പിടിച്ച രൂപം കണ്ടപ്പഴേ

ആശാരിയ്ക്ക് പന്തികേട് തോന്നിയിരുന്നു, ചേരുങ്കന്റെയും അമ്മേടേം മരണത്തോടെ അത് ബലപ്പെട്ടു, “മേരിപെമ്പിള്ളേടെ പ്രേതത്തിനെ ആ കിഴക്കൻ അവിടെ ആവാഹിച്ചിരുത്തിട്ടുണ്ട്” അയാൾ മനസിലുറപ്പിച്ചു. കയറ്റുപെരേല് രാത്രി വെട്ടവും അനക്കവും പലരും കണ്ടിരുന്നു പക്ഷേ അഹമ്മദിനെ പിന്നീട് ആരും നേരിൽ കണ്ടില്ല “ എന്നാലും പകലൊക്കെ ഈ വസൂരി ഇതെവിടെ പോണ്?”, എല്ലാർക്കും അതിശയമായി. ദാസപ്പന്റെ അമ്മ മരിച്ച് അഞ്ചാം നാള് ആശുപത്രീന്ന് വീട്ടിലോട്ട് കൊണ്ടു വരും വഴി ചാക്കോയും മരിച്ചു. അതോടെ ദാസപ്പന്റെ വിചാരം പതിയെ നാട്ടിലു മുഴുവനും പ്രചരിച്ചു. ചേരുങ്കന്റെ പുരയിടത്തോടു ചേർന്ന് ഹൈവേയുടെ വളവില് വെളുപ്പാൻ കാലത്ത് വാഹനാപകടങ്ങള് പതിവായതോടെ കയറ്റുപുര നിന്ന വളപ്പിലോട്ടു തന്നെ ആരും കയറാതായി, അപകടങ്ങൾ മിക്കതും ആ ചെമ്പൻ പട്ടിയും തലയ്ക്കു ചുറ്റും ചെന്തീ വലയമുള്ള വെളുത്ത രൂപവും കുറുകെ ചാടിയാണെന്ന് കഥകള് പരന്നു. ഒടുക്കം ചേരുങ്കന്റെ മരുമകൻ കയറ്റുപുര ചുറ്റുമുള്ള ഇരുപത്തെട്ട് സെന്റ് സ്ഥലമുൾപ്പടെ സാമൂഹ്യ വനവത്ക്കരണ പരിപാടിയ്ക്ക് നഴ്സറി തുടങ്ങാൻ സർക്കാരിന് പാട്ടത്തിനു കൊടുത്തുവെങ്കിലും അവരും പക്ഷേ കയറ്റുപുര ഒഴിവാക്കി. വനവത്ക്കരണക്കാരുടെ നഴ്സറിയിൽ അക്കേഷ്യയും യൂക്കാലിയും വരിനിരയായി എഴുന്ന് ഒരു വനപ്രകൃതി രൂപപ്പെട്ടു. കിഴക്കൻ അഹമ്മദിന്റെ ആഭിചാര വേല ഭയന്ന് മനുഷ്യരാരും അങ്ങോട്ടേയ്ക്ക് കടന്നില്ല, ഇടയ്ക്കെപ്പോഴോ ആരോ ചിലർ ദാസപ്പനാശാരിയുടെ അമ്മയേ കടിച്ച ചെമ്പൻ പട്ടിയെ അവിടെ കണ്ടതായി അവകാശപ്പെട്ടുവെങ്കിലും, രണ്ടും കല്പിച്ചുള്ള വിശദമായ തെരച്ചിലിൽ അത് വെറും തോന്നൽ മാത്രമായിരുന്നെന്ന് സമ്മതിക്കേണ്ടി വന്നു. “അങ്ങോട്ട് ചെന്ന് ശല്യപ്പെടുത്താതിരുന്നാ മതി ആരും ഇങ്ങോട്ട് വന്ന് ഉപദ്രവിക്കുകേല”, ദാസപ്പനാശാരി സ്വാനുഭവബോധ്യം അവതരിപ്പിച്ചു.

VIII

മേരീടെ രണ്ടാമാണ്ടിന്റെയന്ന് വെളുപ്പിനെ കുഴിമാടത്തിലെ പ്രാർത്ഥന കഴിഞ്ഞ് ഫിലിപ്പോസച്ചനെയും കൂട്ടി മേരീടെ മൂത്ത ചേച്ചി സിസിലിയാമ്മയും മകൾ എത്സയും ചെറുമകൾ മേഴ്സിയും കൂടി കയറ്റുപുരയിലെത്തി, പതിനേഴാം വയസ്സിലാണ് മേഴ്സിക്ക് ദൈവവിളിയുണ്ടായത്, കന്യാസ്ത്രീയാകാൻ ഉറപ്പിച്ച രാത്രി മേഴ്സി കൊച്ചിന് ഉറക്കത്തില് ഒരു വെളുത്ത മാലാഖയുടെ ദർശനമുണ്ടായി, നേർത്ത

കീ കീന്നുള്ള ശബ്ദത്തിൽ സംസാരിക്കുന്ന മലാഖ, ഒരു പാടു നേരം മിണ്ടിയും പറഞ്ഞുമിരുന്ന് ഒടുക്കം പിരിയാൻ നേരം മേഴ്സി അതിനെ വ്യക്തമായിട്ട് കണ്ടു; ചട്ടയും മുണ്ടുമുടുത്ത മാലാഖ, ചെറിയ വായ, കിളിരം കുറഞ്ഞ ഉടല്, പിന്നിലേയ്ക്ക് പാറുന്ന വെളുത്ത മുടിക്കെട്ടിനിട യിൽ സ്വർണ്ണ നിറത്തിൽ തീ നാരുകൾ, നടന്നകലുമ്പോൾ പിന്നിൽ തലയ്ക്കു ചുറ്റും ചെന്തീ വലയം.

എത്സമ്മയും മകളും കയറ്റുപുരയുടെ കിഴക്കേ ചുവരിലെ രൂപത്തിന് ചുവട്ടിൽ മുട്ടുകുത്തി പ്രാർത്ഥിച്ചു, പായല് മൂടിയ ചുവരില് ഉത്തര ത്തോളം ഉയരത്തിൽ മേഴ്സി സ്വപ്നത്തിൽ കണ്ട ചെന്തീ മാലാഖേടെ രൂപം ഒളി മങ്ങാതെ നിന്നു. ഫിലിപ്പോസച്ചനും സിസിലിയാമ്മയും എത്സയും ചേർന്ന് ഒപ്പീസ് ചൊല്ലി, മേഴ്സി കൊച്ച് ഏലപ്പാറേന്ന് കയ്യീ കരുതിയ ചുവന്ന മുസാണ്ട പൂക്കൾ രൂപത്തിന്റെ കാൽക്കല് വെച്ചു. ആ നേരം പുറത്തെ വളപ്പിൽ പടർന്നു നിന്ന അക്കേഷ്യയുടെ ചില്ലകൾക്കിടയിലൂടെ ഊർന്നിറങ്ങിയ ഇളവെയിലിന് ഉടല് നീട്ടി ഉരുണ്ടും പുളഞ്ഞും ഒരു ചെമ്പൻ നായ ഓരിയിടുന്നുണ്ടായിരുന്നു.